બીએપીએસ સંપ્રદાય અને સત્ય

મારી જિંદગીના અનુભવો

હિતેશ રાઠવા

AF728615

notionpress.com

INDIA • SINGAPORE • MALAYSIA

Notion Press

No.8, 3rd Cross Street
CIT Colony, Mylapore
Chennai, Tamil Nadu – 600004

First Published by Notion Press 2020

ISBN 978-1-64983-829-2

કળિયુગમાં બે મોઢા વાળી વાતો સંપ્રદાયના ધર્મગુરુઓ દ્વારા થશે. સંપ્રદાયના અનુયાયીઓ સામે તેમજ સંપ્રદાયની બહાર અલગ અલગ ઉપદેશ આપવામાં આવશે. સર્વોપરી ભગવાનનું લેબલ લઈને ફરવા છતાં સત્યને પકડી રાખવામાં ડર લાગશે. કહેવાય છે કે સિંહણનું દૂધ ચાંદી કે સોનાના પાત્રમાં જ ટકે, બીજા કોઈમાં નહી, એમ અમુક વાતો પચાવવા પાત્રતા હોવી જોઈએ. એટલે બીજા દેવી / દેવતાને માનવાવાળા આપણા મંદિરમાં ભગવાનના દર્શન કરવા આવે એટલા માટે આપણે અન્ય દેવી / દેવતાની મૂર્તિ પધરાવીએ છીએ. પછી જેમ જેમ દર્શન કરવા આવે તેમ તેમ આપણા સર્વે અવતારના અવતારી ને સર્વ કારણના કારણ, સર્વોપરી ભગવાન સ્વામિનારાયણનો મહિમા સમજાશે તેમ એ અન્ય દેવી / દેવતાને માનવાનું બંધ કરશે. એમ બીએપીએસ સ્વામિનારાયણ સંપ્રદાય દ્વારા તુક્કા મારવામાં આવશે.

સત્ય એ જ ધર્મ છે. માત્ર અક્ષરધામ મેળવવાની લાલચમાં અસત્યની સાથે રહેવું એ ખોટું છે. કર્મનું ફળ તમને કે મને નહિ છોડે. દુઃખ આવી પડે તો પણ એમ જ વિચારવું કે ભગવાનની ઉપાસનાનું બળ હોય તેને મહાપ્રલય જેવું દુઃખ આવી પડે તો પણ એમ સમજે જે, દેહ તો પડી જાશે ને આપણે ભગવાનના ધામમાં જાશું; એમ સમજીને સુખિયો રહે. (સ્વામીની વાતો પ્રકરણ ૧ ની વાત ૫૬)

સત્ય એ જ ઈશ્વર છે. અસત્યની રાહ પર ચાલીને કોઈ ઇશ્વર બની નહીં શકે.

સ્વામિનારાયણના અલગ ફિરકાના એટલે કે BAPSના જ્ઞાનવત્સલ્ય સાધુ કહે છે : “મહંતસ્વામી મહારાજ ગયા વર્ષે ઓસ્ટ્રેલિયા/ન્યૂઝીલેન્ડ/એશિયા પેસેફિકની ધર્મયાત્રાએ પધારેલા. એ

ધર્મયાત્રા પૂરી કરીને પાછા ફરતા હતા ત્યારે હોંગકોંગમાં એક હોટલમાં ૨૨ મા માળે તેમનો ઉતારો હતો. સ્યુટનો પડદો ખસેડ્યો તો હોંગકોંગ ડાઉનટાઉન આખું દેખાતું હતું; ૫૦-૭૦ માળના હાઈરાઈઝ સ્કાઈસ્ક્રેપર દેખાતા હતા. તે જોઈને મહંતસ્વામી હસ્યા. સેવકે પૂછ્યું : 'સ્વામી શું વિચારતા હતા?' મહંતસ્વામીએ પોતાના હૃદય તરફ આંગળી કરીને ઠાવકાઈથી કહ્યું : 'આ બધાં અહીં બેઠાં છે, તે એવું માનતા હશે કે અમે દુનિયા ચલાવીએ છીએ. પણ એ લોકોને ખબર નથી કે અનંત કોટિ બ્રહ્માંડનું સંચાલન અહીંથી થાય છે !' મહંતસ્વામી પોતા ઉપર આંગળી કરીને બોલ્યા !" (પૂર્ણ પુરુષોતમ ભગવાન સ્વામિનારાયણના અનન્ય અનુગામી અક્ષરબ્રહ્મ સદગુરુશ્રી ગુણાતીતાનંદ સ્વામીની વાતો (સંપ્રદાયનો રહસ્ય ગ્રંથ) / લખાણના પ્રકરણ ૪ ની વાત ૧૩૯ જુઓ.)

સ્વામિનારાયણ સંપ્રદાયના સાધુઓ ઈતિહાસને અને માઈથોલોજીને વિકૃત કરીને રજૂ કરે છે. રુગનાથચરણદાસજી સ્વામી કહે છે : "સહજાનંદ મહારાજે શંકરને યાદ કર્યા એટલે શંકર હાજર થયા અને મહારાજને પગે લાગ્યા ! મહારાજે કહ્યું કે તમારી પૂજા કરવી છે. ત્યારે શંકર ભગવાને કહ્યું કે હું તો તમારો દાસ છું; મારી પૂજા ન હોય ! મહારાજે કહ્યું કે અમે મનુષ્ય દેહ ધારણ કરેલો છે એટલે પૂજા કરવી છે. ત્યારે શંકરે કહ્યું કે હું તો તમારો ભક્ત છું !" બીજા એક સ્વામી તો સભા સમક્ષ કહે છે કે 'ગુરુના પેશાબમાં ઈન્દ્ર તણાયો !' આ સંપ્રદાયના તમામ સ્વામિઓ/સાધુઓ/ભક્તો માને છે કે 'સહજાનંદજી [૧૭૮૧-૧૮30] ભગવાનોના ભગવાન છે; ભગવાન સ્વામિનારાયણ સર્વોપરી ભગવાન છે !

સ્વામિનારાયણ સંપ્રદાયના સાધુ / સંતો આવું બધું ઉપર જણાવ્યા મુજબ કેમ બોલતા હશે? સ્વામિનારાયણ સંપ્રદાયના ચુસ્ત સત્સંગીઓના ઘરમાં સ્વામિનારાયણ ભગવાનની ગુરુપરંપરાની મૂર્તિ સિવાય અન્ય કોઇ ભગવાન, દેવી / દેવતાની મૂર્તિ કેમ હોતી નથી. અભ્યાસ કરતાં જણાયું છે કે સ્વામિનારાયણ સંપ્રદાયના સાધુઓ સંપ્રદાયના ભકતો /મુક્તો / સત્સંગીઓને ઉપદેશ આપતા હોય છે કે તમને સર્વે અવતારના અવતારી ને સર્વ કારણના કારણ, સર્વોપરી ભગવાન સ્વામિનારાયણ આ ધરતી પર મહંત સ્વામીના રુપમાં સાક્ષાત મળી ગયા છે. પછી અન્ય દેવી / દેવતાની શું જરુર? (યૂ ટયુબ પર ગુરુ હરિ પ્રમુખ સ્વામી મહારાજની ૯૮ મી જન્મ જયંતિના ૪ કલાક ૬ મીનીટના વીડીયોમાં ૩ કલાક ને ૨૫ મિનિટે મુંબઈના કોઠારી સ્વામી વચનામૃતને ટાંકીને કોઠારી સ્વામી પ્રગટ બ્રહ્મ સ્વરુપ મહંતસ્વામી મહારાજને કહે છે કે સ્વામિનારાયણ ભગવાનનું સ્વરૂપ તમે અત્યારે આ પૃથ્વી પર વિરાજમાન છો.) (સંદર્ભ : પ્રકરણ ૪ ની વાત ૧૩૯)

સ્વામિનારાયણ સંપ્રદાયના સાધુ / સંતો પોતાના શિખરબધ્ધ મંદિરોમાં અન્ય દેવી / દેવતાની મૂર્તિ પધરાવે છે તે માટે સંપ્રદાયના ભકતો /મુક્તો / સત્સંગીઓને કાંઇક આવો તર્ક આપે છે.

કહેવાય છે કે સિંહણનું દૂધ ચાંદી કે સોનાના પાત્રમાં જ ટકે, બીજા કોઈમાં નહી, એમ અમુક વાતો પચાવવા પાત્રતા હોવી જોઈએ. એટલે બીજા દેવી / દેવતાને માનવાવાળા આપણા મંદિરમાં ભગવાનના દર્શન કરવા આવે એટલા માટે આપણે અન્ય દેવી / દેવતાની મૂર્તિ પધરાવીએ છીએ. પછી જેમ જેમ દર્શન કરવા આવે

તેમ તેમ આપણા સર્વે અવતારના અવતારી ને સર્વ કારણના કારણ, સર્વોપરી ભગવાન સ્વામિનારાયણનો મહિમા સમજાશે તેમ એ અન્ય દેવી / દેવતાને માનવાનું બંધ કરશે. એમ કહેતા હોય છે.

સ્વામિનારાયણ સંપ્રદાયના સાધુઓ સંપ્રદાયના ભકતો /મુક્તો / સત્સંગીઓને ઉપદેશ આપતા હોય છે કે તમને સર્વે અવતારના અવતારી ને સર્વ કારણના કારણ, સર્વોપરી ભગવાન સ્વામિનારાયણ આ ધરતી પર મહંત સ્વામીના રુપમાં સાક્ષાત મળી ગયા છે. એમની આજ્ઞામાં રહેવાથી જ ગોલોક, વૈકુંઠ કે અન્ય દેવી / દેવતાના ધામ કરતાં ઉંચું સર્વોપરી ધામ અક્ષરધામ મળશે. તો પછી આપણે અન્ય દેવી / દેવતાની ઉપાસના કરવાની શું જરુર છે ? એમ સ્વામિનારાયણ સંપ્રદાયના સાધુઓ સંપ્રદાયના ભકતો /મુક્તો / સત્સંગીઓને અલગ ઉપદેશ આપતા હોય છે અને જાહેરમાં અલગ વાત કરતા હોય છે જેમ કે અમે માનવમાત્રનો સામાજિક અને આધ્યાત્મિક ઉત્કર્ષ કરવાનું કામ કરીએ છીએ. તેઓ જાહેરમાં સર્વે અવતારના અવતારી ને સર્વ કારણના કારણ, સર્વોપરી ભગવાન સ્વામિનારાયણ આ ધરતી પર મહંત સ્વામીના રુપમાં સાક્ષાત મળી ગયા છે. એમની આજ્ઞામાં રહેવાથી જ ગોલોક, વૈકુંઠ કે અન્ય દેવી / દેવતાના ધામ કરતાં ઉંચું સર્વોપરી ધામ અક્ષરધામ મળશે. તેવી વાત કરતા નથી.

મારો તર્ક છે કે સ્વામિનારાયણ સંપ્રદાયના સાધુઓ સંપ્રદાયના ભકતો /મુક્તો / સત્સંગીઓને ઉપદેશ આપતા હોય છે કે તમને સર્વે અવતારના અવતારી ને સર્વ કારણના કારણ, સર્વોપરી ભગવાન સ્વામિનારાયણ આ ધરતી પર મહંત સ્વામીના રુપમાં સાક્ષાત મળી ગયા છે. એમની આજ્ઞામાં રહેવાથી જ ગોલોક, વૈકુંઠ કે અન્ય દેવી /

દેવતાના ધામ કરતાં ઉંચું સર્વોપરી ધામ અક્ષરધામ મળશે. તો પછી આપણે અન્ય દેવી / દેવતાની ઉપાસના કરવાની શું જરુર છે ? એવું કહેતા ફરે છે, ચોર્યાસી લાખ યોનિમાં ભટક્યા પછી આ મોંઘેરો મનુષ્ય દેહ મળે છે. તો આ મનુષ્ય દેહે સર્વોપરી ભગવાન સ્વામિનારાયણ આ ધરતી પર મહંત સ્વામીના રુપમાં સાક્ષાત મળી ગયા છે. તેમની આજ્ઞામાં રહીને, ભક્તિ કરીને સર્વોપરી ધામ અક્ષરધામ જો સ્વામિનારાયણ સંપ્રદાય બીએપીએસ આપતો હોય અને અન્ય દેવી દેવતા કરતાં પોતાના ભગવાન સર્વોપરી છે. પોતાનું ધામ અક્ષરધામ સર્વોપરી છે, એમ કહેતા હોય, અન્ય દેવી / દેવતાના ધામમાં લઘુશંકાનો વ્યવહાર દેખાતો હોય, તો (પ્રકરણ ૩ ની વાત ૬૪) મારા મત મુજબ સ્વામિનારાયણ સંપ્રદાય ૫ (પાંચ) થી વધુ ફાંટામાં વહેંચાયેલો છે. બધા સ્વામિનારાયણ સંપ્રદાય એમ જ કહે છે કે અમારી આજ્ઞામાં રહેવાથી જ સર્વોપરી ધામ અક્ષરધામ મળશે. બધા સ્વામિનારાયણ સંપ્રદાય અક્ષરધામ આપવાના અધિકારી હોઈ શકે નહીં. જેથી પણ જેઓ પોતાનામાં અખંડ મનુષ્ય દેહે સર્વોપરી ભગવાન સ્વામિનારાયણ રહ્યા છે તેઓ દાવો કરનારે જાહેર કરવું જોઈએ કે માત્ર અને માત્ર અમો જ અક્ષરધામમાં પહોંચાડીશું. જેથી ચોર્યાસી લાખ યોનિમાં ભટક્યા પછી આ મોંઘેરો મનુષ્ય દેહ મેળવનાર બીજા મનુષ્યો પણ સ્વામિનારાયણ સંપ્રદાયમાં જોડાય અને પ્રકરણ ૧ ની વાત ૨૪ મુજબ પાંચ - દસ વાર સ્વામિનારાયણ, સ્વામિનારાયણ નામ જાણ્યે - અજાણ્યે લેશે તેનું પણ આપણે કલ્યાણ કરવું પડશે ને આખા બ્રહ્માંડને સત્સંગ કરાવવો છે. એવી વાત સાર્થક થાય.

સર્વોપરી ભગવાન સ્વામિનારાયણ પોતાનામાં અખંડ રહ્યા હોય તો અક્ષરધામ અમે જ આપીએ છીએ એવું જાહેર કરવામાં ડર કોનો?

માત્ર અને માત્ર અન્ય દેવી / દેવતાઓને તેમજ તેઓના ધામને પોતાના કરતાં નીચા બતાવીને સર્વોપરી બનવાની આંધળી દોટ શ માટે ?

પરંતુ જો બીએપીએસ સ્વામિનારાયણ સંપ્રદાયના સંતો સંપ્રદાયના સત્સંગી / હરિભક્તો આગળ અલગ ઉપદેશ આપતા હોય અને જાહેર કાર્યક્રમમાં અલગ ઉપદેશ આપતા હોય, સંપ્રદાયના સત્સંગી / હરિભક્તોને અન્ય દેવી દેવતા કરતાં પોતાના ભગવાન સર્વોપરી છે. પોતાનું ધામ અક્ષરધામ સર્વોપરી છે, એમ કહેતા હોય, અન્ય દેવી / દેવતાના ધામમાં લઘુશંકાનો વ્યવહાર દેખાતો હોય, એ જ વાત જાહેર કાર્યક્રમોમાં કહેવામાં તકલીફ શું છે ? (પ્રકરણ 3 ની વાત ૨૯ માં લખ્યું છે કે મહારાજ છે ને જેવા મહારાજના સંત છે ને જેવાં તેમના સ્વરુપ, સ્વભાવ, ગુણ, ઐશ્વર્ય ને સામર્થ્ય છે તેને જાણતા નથી, જેમ માછલું ને મચ્છ પોતે પોતા જેવા જાણે છે; તેમ જે મનુષ્ય છે તે પોતા જેવા જાણે છે, પણ જેવા છે તેવા જાણતા નથી.' એમ કહીને શ્લોક બોલાવ્યો જે,

અવજાનન્તિ માં મૂઢા માનુષીં તનુમાશ્રિતમ

પરં ભાવમજાનન્તો મમ ભૂતમ્હેશ્વરમ

એવા જે મૂર્ખ છે ને મૂઢમતિ જીવ છે તે મનુષ્ય જેવા જાણે છે, પણ અનંત કોટિ જીવોને બ્રહ્મરુપ કરીને અક્ષરધામમાં લઈ જાય એવા છે, એમ તેને જાણતા નથી, એ અજ્ઞાન છે.)

બીએપીએસ સ્વામિનારાયણ સંપ્રદાયના સંતો સત્સંગી / હરિભક્તો તેમના પર કોઈ પણ દુ:ખ આવી પડે છે તો કયા પ્રકારે

વિચારીને સદાય સુખિયા રહે છે. (પ્રકરણ ૧ ની વાત ૫૬ માં લખ્યું છે કે ભગવાનની ઉપાસનાનું બળ હોય તેને મહાપ્રલય જેવું દુઃખ આવી પડે તો પણ એમ સમજે જે, દેહ તો પડી જાશે ને આપણે ભગવાનના ધામમાં જાશું; એમ સમજીને સુખિયો રહે. (યૂ ટયુબ પર ગુરુ હરિ પ્રમુખ સ્વામી મહારાજની ૯૮ મી જન્મ જયંતિના ૧ કલાક 30 મીનીટે શરુ થતી સ્પીચમાં નિરલ નામે વ્યકિત કેવા સંજોગોમાં પણ ખુશ રહેતો હતો તે જોજો.))

નીચેના લખાણમાં પૂર્ણ પુરુષોતમ ભગવાન સ્વામિનારાયણના અનન્ય અનુગામી અક્ષરબ્રહ્મ સદગુરુશ્રી ગુણાતીતાનંદ સ્વામીની વાતો (સંપ્રદાયનો રહસ્ય ગ્રંથ) / લખાણના અમુક અંશો રજુ કર્યા છે. જે અનુસાર પૂર્ણ પુરુષોતમ ભગવાન સ્વામિનારાયણ સર્વોપરી ને સર્વ અવતારના અવતારી ને સર્વ કારણના કારણ છે. ભગવાન સ્વામિનારાયણનું ધામ અન્ય દેવી / દેવતાના ધામમાં અક્ષરધામ સર્વોપરી છે. સર્વે અવતારના અવતારી ને સર્વ કારણના કારણ, સર્વોપરી ભગવાન સ્વામિનારાયણ આ ધરતી પર મહંત સ્વામીના રુપમાં સાક્ષાત આ પૃથ્વી પર વિરાજમાન છે.

અહીંયા લખાણમાં મહારાજ એટલે સ્વામિનારાયણ ભગવાન અને સંત એટલે સ્વામિનારાયણ સંપ્રદાયના સંત એમ જાણવું.

પૂર્ણ પુરુષોતમ ભગવાન સ્વામિનારાયણના અનન્ય અનુગામી અક્ષરબ્રહ્મ સદગુરુશ્રી ગુણાતીતાનંદ સ્વામીની વાતો (સંપ્રદાયનો રહસ્ય ગ્રંથ) / લખાણના અંશો

પ્રકરણ ૧ ની વાત ૨૪ માં લખ્યું છે કે પાંચ - દસ વાર સ્વામિનારાયણ, સ્વામિનારાયણ નામ જાણ્યે - અજાણ્યે લેશે તેનું પણ આપણે કલ્યાણ કરવું પડશે ને આખા બ્રહ્માંડને સત્સંગ કરાવવો છે.

પ્રકરણ ૧ ની વાત ૫૬ માં લખ્યું છે કે ભગવાનની ઉપાસનાનું બળ હોય તેને મહાપ્રલય જેવું દુ:ખ આવી પડે તો પણ એમ સમજે જે, દેહ તો પડી જાશે ને આપણે ભગવાનના ધામમાં જાશું; એમ સમજીને સુખિયો રહે.

પ્રકરણ ૧ ની વાત ૯૦ માં લખ્યું છે કે બ્રહ્માંડ આખું સ્વામિનારાયણનું ભજન કરશે ત્યારે સત્સંગ થયો એમ જાણવું ને ત્યાં સુધી થાવો છે. ને એક એક સાધુની કેડયે લાખ લાખ માણસ ફરશે ત્યાં સુધી સત્સંગ થાવો છે.

પ્રકરણ ૧ ની વાત ૧૨૨ માં લખ્યું છે કે બીજા દોષને મહારાજ ગણતા નથી, પણ ચારના દ્રોહને ગણે છે. એક ભગવાન, બીજા આચાર્ય, ત્રીજા સાધુ ને ચોથા સત્સંગી; માટે એ ચારનો દ્રોહ ન કરવો.

પ્રકરણ ૧ ની વાત ૨૦૪ માં લખ્યું છે કે છેલ્લા પ્રકરણના પાંત્રીસમાં વચનામૃતમાં કહ્યું છે જે, 'છ લક્ષણે યુક્ત સંત હોય તેની સેવા કર્યે ભગવાનની સેવાનું ફળ થાય છે ને તેનો દ્રોહ કર્યે

ભગવાનના દ્રોહનું પાપ લાગે છે, માટે આજ તો બહુધા આખો સત્સંગ એવો છે.

પ્રકરણ ૧ ની વાત ૨૧૭ માં લખ્યું છે કે આ પૃથ્વીના સર્વ જીવ - પ્રાણીમાત્ર રાજા, પ્રજા આદિક છે પણ જો ઈન્દ્ર વરસાદ ન વરસાવે તો સર્વ મરી જાય. ને તે ઈન્દ્ર છે તે બ્રહ્મા, વિષ્ણુ ને શિવ આગળ ગણતીમાં નથી. ને એ સર્વે વૈરાટની આગળ ગણતીમાં નથી. ને તે વૈરાટ પ્રધાનપુરુષની આગળ ગણતીમાં નથી. ને એ સર્વે અક્ષરની આગળ ગણતીમાં નથી, અને તે અક્ષરથી પર એવા જે પુરુષોત્તમ તે આજ આપણને સક્ષાત મળ્યા છે. માટે તેનું બળ રાખવું.

પ્રકરણ ૨ ની વાત ૨ માં લખ્યું છે કે સર્વોપરી ને સર્વ અવતારના અવતારી ને સર્વ કારણના કારણ મહારાજને સમજવા, મહારાજને શ્રીકૃષ્ણ જેવા સમજે તો ગોલોકને પામે, ને રામચંદ્રજી જેવા સમજે તો વૈકુંઠને પામે, ને વાસુદેવ જેવા જાણે તો શ્વેતધ્વીપને પામે, ને નરનારાયણ જેવા જાણે તો બદરિકાશ્રમને પામે; તે જેવા જાણે તેવો થાય, ને તેટલું ઐશ્વર્ય ને તેટલા સામર્થ્યને પામે, ને મહારાજને સર્વ અવતારના અવતારી ને અક્ષરધામના પતિ સમજે તો અક્ષરધામને પામે.

પ્રકરણ ૨ ની વાત ૧૨૩ માં લખ્યું છે કે અનંત કોટિ બ્રહ્માંડ છે ને તે સર્વ બ્રહ્માંડમાં અનંત કોટાનકોટિ ભગવાનની મુર્તિયું છે. એ સર્વના કારણ સ્વામિનારાયણ ભગવાન છે એમ સમજવું.

પ્રકરણ 3 ની વાત ૪ માં લખ્યું છે કે આજ તો સર્વ અવતારના અવતારી ને સર્વ કારણના કારણ એવા જે પુરુષોત્તમ તે જ પધાર્યા છે. ને તેને જોઈને તો અનંત ધામના પતિ, તે ધામના મુકત, તે

મહારાજની મુર્તિને વિષે તણાઈ ગયા, જેમ ચમકના પર્વતને દેખીને વહાણના ખીલા તણાઈ જાય છે તેમ.

પ્રકરણ 3 ની વાત ૫ માં લખ્યું છે કે વાદી, ફૂલવાદી ને ગારડી; તેમાં વાદી હોય તે તો ગરીબ સાપ હોય તેને ઝાલે, ને ફૂલવાદી હોય તે તો હાથ આવે તો ઝાલે, નહિ તો લૂગડાના છેડાને વળ દઈને મારી નાખે, ને ગારડી હોય તેની આગળ તો ગમે તેવો મણિધર હોય તો પણ ડોલે. એ તો દ્રષ્ટાંત છે ને એનું સિધ્ધાંત તો એ છે જે, દત્તાત્રેય, કપિલ તે તો વાદીને ઠેકાણે છે, તે તો મુમુક્ષુ હોય તેનું કલ્યાણ કરે; ને રામચંદ્ર ને શ્રી કુષ્ણ તે તો ફુલવાદીને ઠેકાણે છે, તે તો પોતાનું વચન માને તેનું કલ્યાણ કરે ને ન માને તો તરવારે સમાધાન કરીને કલ્યાણ કરે; ને મહારાજ તો ગારડીને ઠેકાણે છે ને તેમની આગળ તો જીવ, ઇશ્વર, પુરુષ ને અક્ષરાદિક તે સર્વે હાથ જોડીને ઉભા છે.

પ્રકરણ 3 ની વાત ૧૧ માં લખ્યું છે કે એક વખત ગામ જાળિયામાં શ્રીજીમહારાજ બહુ વાર પોઢીને જાગ્યા. પછી સર્વે સંતે પુછ્યું જે,' હે મહારાજ ! આજ તો તમે બહુ પોઢી રહ્યા. 'ત્યારે મહારાજ બોલ્યા જે , " તમે બહુ તપ કર્યું તે અમે રાજી થયા. માટે આજ તો તમારા સારુ અમે ધામ જોવા ગયા હતા. તે પ્રથમ તો અમે બદરિકાશ્રમમાં ગયા, તે બદરિકાશ્રમવાસીએ અમારી પૂજા, આરતી, સ્તુતિ કરીને બેઠા. પછી અમે કહ્યું જે, અમારા સાધુ સારુ જાયગા જોવા આવ્યા છીએ.' ત્યારે તેણે કહ્યું જે, ' હે મહારાજ ! આ ધામ જ તમારું છે, માટે આંહી સાધુને રાખો.' પછી અમને એમ જણાણું જે, આવો તો ચરોતરેય છે, કેમ જે, કોઠાં, બોરાં ત્યાં પણ મળે છે. પછી અમે ત્યાંથી

શ્વેતધ્વીપમાં ગયા, તે ત્યાંના વાસીએ અમને પધરાવીને પૂજા, આરતી, સ્તુતિ કરીને બેઠા. પછી અમને કહ્યું જે, હે મહારાજ ! બહુ દયા કરીને દર્શન દીધાં.' પછી અમે કહ્યું જે, 'અમારા સાધુ સારુ જાયગા જોવા આવ્યા છીએ.' ત્યારે તેણે કહ્યું જે, ' હે મહારાજ ! આ ધામ જ તમારું છે, માટે આંહી સાધુને રાખો.' પછી અમને એમ જણાણું જે, સ્થાન તો બહુ સારું, પણ પ્રભુ ભજવાનું સુખ જણાણૂં નહિ. શા માટે જે, ક્ષીરસમુદ્ર એક કોરે હડુડયા જ કરે છે, તેને જોઈને અમે ચાલી નીસર્યા તે વૈકુંઠલોકમાં ગયા. પછી વૈકુંઠવાસી જે રામચંદ્રજી તેમણે અમારી પૂજા, આરતી, સ્તુતિ કરી ને બેઠા. પછી અમે કહ્યું જે, 'અમારા સાધુ સારુ જાયગા જોવા આવ્યા છીએ.' ત્યારે તેમણે કહ્યું જે, ' હે મહારાજ ! આ ધામ જ તમારું છે, માટે આંહી સાધુને રાખો.' પછી અમને એમાં કાંઈ સારું જણાણું નહિ, કેમ જે ચાર ભુજા ને સ્ત્રીયુંનો પ્રસંગ તે ઠીક નહિ. પછી ત્યાંથી અમે ગોલોકમાં ગયા. પછી ત્યાંના વાસી જે શ્રીકૃષ્ણ તેમણે અમારી પૂજા, આરતી, સ્તુતિ કરી અને બેઠા. પછી તેમને કહ્યું, 'અમારા સાધુ સારુ જાયગા જોવા આવ્યા છીએ.' ત્યારે તેમણે કહ્યું જે, ' હે મહારાજ ! આ ધામ જ તમારું છે, માટે આંહી સાધુને રાખો.' પછી અમને એમાં કાંઈ સારું જણાણું નહિ, કેમ જે ગોપ, ગોપિયું ને ગાયું તેને જોઈને પ્રભુ ભજાય નહિ અને કેટલીક જાતનો ગડબડાટ તેને જોઈને અમે ચાલી નીસર્યા, તે પ્રકૃતિપુરુષના લોકમાં ગયા. તે લોક જોઈને બહુ રાજી થયા જે, ' આંહી સાધુને રાખીએ.' ત્યાં તો પુરુષ ને પ્રકૃતિ દેખાણાં. તેને જોઈને અમે પ્રકૃતિને પુછ્યું જે, તું ધોળી કેમ છો ને પુરુષ કાળો કેમ છે? ત્યારે તેણે કહ્યું જે, ' એ પુરુષ મારા સાથે જોડાણો તેણે કરીને મારામાં શ્યામતા હતી તે પુરુષમાં ગઈ ને પુરુષમાં રુપ હતું તે મારામાં આવ્યું છે.' પછી અમને વિચાર થયો જે, ' આંહી સાધુને રાખવા

નહિ, કેમ જે, માયા કાળા કરી નાખે.' પછી અમે ચાલી નીસર્યા તે અક્ષરધામમાં ગયા. તે અક્ષરધામના મુક્તે દિવ્ય સિંહાસન ઉપર પધરાવીને અમારી પૂજા, આરતી, સ્તુતિ કરી ને બેઠા. પછી અમે કહ્યું જે, 'અમારા સાધુ સારુ ધામ જોવા આવ્યા છીએ.' ત્યારે મુક્તે કહ્યું જે, ' હે મહારાજ ! આ ધામ જ તમારું છે, અને અમે પણ તમારા જ છીએ, માટે સાધુને આંહી રાખીને તમારી મુર્તિનું સુખ આપો.' પછી અમને એમ જણાણું જે, આ ધામ જેવું કોઈ ધામ નથી. માટે આંહી સાધુને રાખવા એ જ ઠીક છે."

પ્રકરણ 3 ની વાત ૨૩ માં લખ્યું છે કે એક હરિજને પ્રશ્ન પૂછ્યો જે, 'ગોલોકને મધ્યે જે અક્ષરધામ છે એમ સંપ્રદાયના ગ્રંથમાં લખ્યું છે, તે કેમ સમજવું ? પછી સ્વામી બોલ્યા જે 'જેની જેવી સમજણ હોય ત્યાં તેણે અક્ષરધામ માન્યું હોય. તેમાં કેટલાકે તો બદરિકાશ્રમને અક્ષરધામ માન્યું હોય. તેમાં કેટલાકે તો શ્વેતધ્વીપને અક્ષરધામ માન્યું હોય ને કેટલાકે તો વૈકુંઠલોકને અક્ષરધામ માન્યું હોય ને કેટલાકે તો ગોલોકને અક્ષરધામ માન્યું હોય, પણ જેને મહારાજનો મહિમા જણાય છે તેને જેમ છે તેમ અક્ષરધામ સમજાય છે. અનંત ધામને મૂકીને અક્ષરધામને કહ્યું છે. પણ કાંઈ ગોલોકમાં અક્ષરધામ આવી ગયું એમ નથી. ને બીજા ધામની તો અવધિ કહી છે પણ અક્ષરધામની તો અવધિ કહી નથી, એ સિધ્ધાંત વાત છે.

પ્રકરણ 3 ની વાત ૨૯ માં લખ્યું છે કે મહારાજ છે ને જેવા મહારાજના સંત છે ને જેવાં તેમના સ્વરુપ, સ્વભાવ, ગુણ, ઐશ્વર્ય ને સામર્થ્ય છે તેને જાણતા નથી, જેમ માછલું ને મચ્છ પોતે પોતા જેવા

જાણે છે; તેમ જે મનુષ્ય છે તે પોતા જેવા જાણે છે, પણ જેવા છે તેવા જાણતા નથી.' એમ કહીને શ્લોક બોલાવ્યો જે,

અવજાનન્તિ માં મૂઢા માનુષીં તનુમાશ્રિતમ

પરં ભાવમજાનન્તો મમ ભૂતમ્હેશ્વરમ

એવા જે મૂર્ખ છે ને મૂઢમતિ જીવ છે તે મનુષ્ય જેવા જાણે છે, પણ અનંત કોટિ જીવોને બ્રહ્મરુપ કરીને અક્ષરધામમાં લઈ જાય એવા છે, એમ તેને જાણતા નથી, એ અજ્ઞાન છે.

પ્રકરણ ૩ ની વાત ૩૬ માં લખ્યું છે કે એક દિવસ સ્વામી સૂતા હતા તે બેઠા પ્રશ્ન પૂછ્યો જે, 'સારામાં સારું તે શું છે ને ભુંડામાં ભુંડું તે શું છે ? ત્યારે કોઈ બોલ્યા નહિ. ત્યારે સ્વામી બોલ્યા જે, સારામાં સારું તો આ ભગવાન ને આ સાધુનો સંબંધ થયો છે તેથી કાંઈ સારું સમજવાનું નથી ને ભુંડામાં ભુંડું શું છે ? તો આ સાધુને વિશે મનુષ્યભાવ આવે છે. તેમાં જેવું પક્ષપાતે કરીને જીવનું ભુંડું થાય છે તેવું તો પંચવિષયે કરીને પણ નથી થાતું. તે પક્ષે કરીને તો ગોપાળાનંદ સ્વામીને માથે પાણા નાખ્યા ને ઝોળીમાં દેવતા નાખ્યા, તે દેવતાના કાઢનાર આંહી બેઠા છે.' એમ કહીને વળી બોલ્યા જે, 'એવો સંસ્કાર તો અમારે માથે ઘણો થયો છે ! તે મુખ થકી કહેવાય નહિ; ને એવા અવળે પક્ષે કરીને મોટા સાધુના અવગુણ લીધા છે તેણે કરીને તો ભૂતની યોનિને પામ્યા છે અને વળી કોઈ હશે તે પણ પામશે ને તે પાપે કરીને ખાવી વિષ્ટા ને પીવી લઘુશંકા એવા દુ:ખને ભોગવે છે પણ સુખ તો કયાંઈ થાય નહિ.'

પ્રકરણ 3 ની વાત ૬૨ માં લખ્યું છે કે, પ્રકૃતિપુરુષ નિર્દેશ છે ને એ પ્રકૃતિપુરુષ થકી પર અક્ષરધામ તે અનિર્દેશ છે, ત્યાં રહીને અમે કાગળ લખાવીએ છીએ.' એટલી વાત કરી ત્યાં સુધી મૂર્તિ સામું જોઈ રહ્યા ને વૃત્તિ પલટાવીને હૈયામાં ઉતારતાં ગયાં. તે આ વાત મહારાજે કહી હતી."

પ્રકરણ 3 ની વાત ૬૪ માં લખ્યું છે કે અમારી સમજણ તો કોઈને કહેવાય નહિ, પણ આજ થોડીક કહું. એમ કહીને બોલ્યા જે, ' કહ્યા વિના તો જ્ઞાન થાય નહિ, ને જ્ઞાન થયા વિના મોહ પણ ટળે નહિ અને જેને મોટાની સમજણ આવી હોય તેને તો મહારાજની મૂર્તિ વિના ને અક્ષરધામ વિના આંહીથી તે પ્રકૃતિપુરુષ સુધી લઘુશંકાનો વ્યવહાર દેખાતો હોય; તેમાં શેનો મોહ થાય ? તે એવું તો સર્વનિવાસાનંદ સ્વામીને થઈ ગયું જે પ્રકૃતિપુરુષનું કાર્ય તેમાં વૃત્તિ રહી જ નહિ. તે એક દહાડો મારી પાસે કહ્યું જે, મહારાજની પૂજા - સેવા શા વતે કરું ? ત્યારે મેં કહ્યું જે, મૂર્તિ સામું જોઈ રહો ! ત્યારે સર્વનિવાસાનંદ સ્વામીએ કહ્યું જે, કરીએ છીએ તો એમ જ પણ જો આવી વાત કોઈકને કહીએ તો આ મારો ખાટલો લઈને ચરામાં નાખી આવે, એવું કઠણ પડે; પણ સ્વામિનારાયણ ભગવાનની મૂર્તિ વિના ખાવાની વિષ્ટા ને પીવાની લધુ શંકા એવું છે, પણ જ્યાં સુધી મોહ છે ત્યાં સુધી એ વાત સમજાય નહિ, એવી મોટાની સમજણ છે.

પ્રકરણ ૪ ની વાત ૧૧ માં લખ્યું છે કે ભગવાનથી અંતરાય રહે છે તેટલું અંતરમાં દુ:ખ રહે છે. આપણી ફિકર ભગવાનને છે, ભગવાન આપણી રક્ષામાં છે. જેમ છોકરાં માબાપને ઘરેણાં કરાવવાનું કહેતા નથી; પણ એની મેળે જ કરાવે છે, તેમ આપણે ભગવાનને કહેવું નહિ

પડે, એની મેળે રક્ષા કરશે. ને કહેશો જે, ભગવાનના ભકતને દેહમાં રોગ કેમ આવે છે ? તો એ તો દેહમાં વાસના બહુ છે, માટે એની વાસના તોડાવ્યા સારુ રોગને પ્રેરે છે ને પછી શુધ્ધ કરે છે.

પ્રકરણ ૪ ની વાત ૧૩ માં લખ્યું છે કે આપણા પ્રભુ તો હમણાં આંહી પ્રુથ્વી ઉપર છે. આ વાતમાં ઘણો જ મર્મ છે, તે સમજતા હોય તે સમજે. અને આવી વાતું ને આવા સાધુ કોઈ દિવસ પ્રુથ્વી ઉપર આવ્યા નથી ને હવે આવશે પણ નહિ.

પ્રકરણ ૪ ની વાત ૧૩૯ માં લખ્યું છે કે જે વખતે સ્વામી પ્રશ્ન - ઉત્તર કરાવતા તે વખતમાં સ્વામીએ મોટા સાધુનો મહિમા કહેલ વાત : 'મોટા છે, ભગવાનના મળેલા છે, ભગવાનના વચનમાં વર્તે છે, ભીડો ખમે છે, ભગવાન એને વશ છે, ભગવાન એ કહે એમ કરે છે, ભગવાન એ કહે એમ ફરે છે, ભગવાનને એણે જિત્યા છે, ભગવાનના અભિપ્રાયના જાણનારા છે, મોક્ષના દાતા છે, એને દર્શને ભગવાનનું દર્શન થયું, એને પૂજ્યે ભગવાન પૂજાઈ રહ્યા, ગર્ભવાસ, જમપુરી ને ચોરાશીથી એ મુકાવે છે ને વિહદ જે ભગવાનનું અક્ષરધામ તેને પમાડે છે ને ભગવાનના સાધર્મ્યપણાને પમાડે છે, એવા એ મોટા છે. એના વિના ભગવાનને ચાલતું નથી, એનાં દર્શને પંચ મહાપાપ બળી જાય છે. એની ઈન્દ્રીયુંની ક્રિયાએ કરીને બ્રહ્માંડ સચેતન થાય છે, એનાથી કાળ, કર્મ ને માયા થરથર કંપે છે; જેમ દેહ પૂજ્યે જીવ પૂજાઈ રહ્યો, તેમ આ સાધુને પૂજ્યે ભગવાન પૂજાઈ રહ્યા, એ અન્નદાતા છે; અંતર્યામી છે, સર્વજ્ઞ છે, એનું કર્યું થાય છે, ને એ મનુષ્ય જેવા દેખાય છે પણ મનુષ્ય જેવા નથી, ભગવાન એના ભેળા રહ્યા છે, અવિનાશી ધામને પમાડે છે, કર્તા થકા અકર્તા છે, વૃક્ષની પેઠે એનો દેહ પરને

અર્થે છે, સંતનાં લક્ષણ કહ્યાં છે એવા છે, 'કામીલ, કાબીલ, સબ હુન્નર તેરે હાથ' એવા છે.' આ પ્રકારે મહિમા સમજવા કહ્યો છે.

પ્રકરણ ૫ ની વાત ૧૦૦ માં લખ્યું છે કે દિવ્યભાવ ને મનુષ્યભાવ એક થઈ જાય ત્યારે ભગવાન ભજવાનું સુખ આવે.

પ્રકરણ ૫ ની વાત ૧૭૩ માં લખ્યું છે કે અક્ષરધામનું એક મચ્છરિયું મૂતર્યું છે તેમાં સર્વે લોક સુખી છે, એટલે અક્ષરનું મચ્છરિયું જે મૂળ પુરુષ તેની લઘુશંકામાં સર્વે લોક સુખી છે.

પ્રકરણ ૫ ની વાત ૩૯૨ માં લખ્યું છે કે પંચાળાના વચનામૃતમાં કહ્યું છે જે, 'જેમ જેમ ભગવાનનો સંબંધ રહે તેમ તેમ સુખ થાય છે; તે ભગવાન પરોક્ષ હોય ત્યારે કેમ સંબંધ રહે ? પછી ઉત્તર કર્યો જે, 'કથા, કીર્તન, વાર્તા, ભજન ને ધ્યાન તેણે કરીને સંબંધ કહેવાય. ને તે કરતાં પણ મોટા સાધુનો સંગ એ તો સાક્ષાત ભગવાનનો સંબંધ કહેવાય ને ભગવાનનું સુખ આવે. કેમ જે, તેમાં ભગવાન સર્વ પ્રકારે રહ્યા છે. ને પ્રત્યક્ષ હતા ત્યારે પણ જેવા છે તેવા ન જાણ્યા તો સંબંધ ન કહેવાય ને એમ જાણ્યા વિના તો પ્રત્યક્ષ હોય તો પણ શું ! ને તેમ જ જે સંતમાં ભગવાન સર્વ પ્રકારે રહ્યા છે તેને જાણે તો આજે પ્રત્યક્ષ છે ને એમ જાણ્યા વિના તો આજે પરોક્ષ છે.' ત્યારે એક સાધુએ કહ્યું જે, મૂર્તિયું પ્રત્યક્ષ નહીં? ત્યારે સ્વામી બોલ્યા જે, ' પ્રત્યક્ષ ભગવાન તથા સંતના ચરિત્રમાં મનુષ્યભાવ આવે તો અમાવસ્યાના ચંદ્રમાની પેઠે ઘટી જાય છે ને દિવ્યભાવ જાણે તો બીજના ચંદ્રમાની પેઠે વધે છે. તેમ મૂર્તિયું શું ચરિત્ર કરે જે તેનો અવગુણ આવે ને ઘટી જય ? માટે બોલતા - ચાલતા જે ભગવાન તે જ પ્રત્યક્ષ કહેવાય ને મોટા સંત હોય તે જ મૂર્તિયુંમાં દૈવત મૂકે છે,

પણ મૂર્તિયું, શાસ્ત્ર ને તીર્થ ત્રણ મળીને એક સાધુ ન કરે. ને એવા મોટા સંત હોય તો મૂર્તિયું, શાસ્ત્ર ને તીર્થ ત્રણેને કરે. માટે જેમાં ભગવાન સર્વ પ્રકારે રહ્યા હોય એવા જે સંત તે જ પ્રત્યક્ષ ભગવાન છે.'

પ્રકરણ ૫ ની વાત ૩૯૬ માં લખ્યું છે કે બોલવું તો ઘટે તેમ, પણ સમજવું તો ખરું. પછી બોલ્યા જે, 'કોના રાધારમણ ને કોના ગોપીનાથ ? આપણે તો એક સ્વામિનારાયણની ઓળખાણ છે ને મહારાજ તેડવા આવે છે તે ભેળા સાધુ કદાપિ આવે છે પણ કોઈ અવતાર તો સાથે આવતા નથી ને અવતારનાં તો ટોળાં છે, તેની આપણે ઓળખાણ નથી ને મહારાજની આજ્ઞા છે તે થાળ ધરવા ને પ્રસાદી જમવી, બાકી રોટલા ખાવા. પણ સમજવાનું તો આટલું જ છે જે, લઘુશંકા જેવાને પુરુષોત્તમ ઠેરાવે છે તો આ તો પુરુષોત્તમ છે જ. ને આમ ન સમજે તો કો'ક્નો ભાર રહી જાય. ને મહારાજે શિક્ષાપત્રીમાં લખ્યું છે તે જો એમ ન લખે તો પત્રી ફાડી નાખે.'

પ્રકરણ ૫ ની વાત ૩૯૯ માં લખ્યું છે કે જન્મ થયા મોર શાદી ક્યાંથી લખાય ? તેમ પુરુષોત્તમ આવ્યા ન હોતા તેની વાત શાસ્ત્રમાં ક્યાંથી લખાણી હોય ?

પ્રકરણ ૫ ની વાત ૪00 માં લખ્યું છે કે મહારાજ કહે : અમે માંદા થયા ત્યારે ધામ જોવા ગયા હતા; તે દેવતાનાં, ઋષિનાં આદિક સર્વે જોયાં. પછી તો અક્ષરધામ નજરમાં આવ્યું. એમાં પોતાનું સ્વરુપ કહ્યું ને ધામના સુખની વિસ્તારે વાત કરી. ને લક્ષ્મી-નારાયણ, નરનારાયણ, વાસુદેવ નારાયણ, શ્રીકુષ્ણ, પ્રધાનપુરુષ ને પ્રકૃતિ-પુરુષ એ સર્વે કરતાં પણ આ સર્વ પ્રકારે અધિક છે ને એમાં અંતરજામીપણું

છે એથી આમાં વિશેષ અંતરજામીપણું છે ને એમાં ઐશ્વર્ય છે એથી આમાં વિશેષ ઐશ્વર્ય છે. ને શ્રીકૃષ્ણ ભગવાન તો એક બ્રહ્માંડની ગોવાળી કરે છે ને એવાં તો અનંત બ્રહ્માંડ છે ને અનંત શ્રીકૃષ્ણ છે.

પ્રકરણ ૬ ની વાત ૭ માં લખ્યું છે કે શુધ્ધ સ્વરુપનિષ્ઠા રાખવી, નીકર વાંધો ભાંગશે નહીં, એમ મહારાજે પણ કહ્યું છે. તે માટે આ પ્રગટ પુરુષોત્તમ શ્રીજીમહારાજ સહજાનંદ સ્વામી તે સર્વે શ્રીકૃષ્ણાદિક જે અવતાર તેમના અવતારી ને સર્વેના કારણ ને સર્વેના નિયંતા છે એમાં લેશમાત્ર ફેર નથી એમ જાણીને પતિવ્રતાની રીત રાખવી, તો ઠેઠ અક્ષરધામમાં પુગાશે.

પ્રકરણ ૬ ની વાત ૧૯ માં લખ્યું છે કે એક દિવસ વચનામૃત વંચાવીને કહ્યું જે, 'આ વચનામૃતના ચોપડામાં તો ચાર વેદ, ખટશાસ્ત્ર ને અઢાર પુરાણનો સાર છે. તેમાં મહારાજે સિધ્ધાંત વાત કરી છે તેનો અભ્યાસ કરવો. અહો ! આ તો કાંઈ આપણે લાભ થયો છે ? જુઓને ! ભગવાન કેટલે છેટેથી દયા કરીને આપણા સારુ આવ્યા છે ને આ જીવને તો કાંઈ ગરજ નથી. ને આ તો ઠેઠ અક્ષરધામથી આવ્યા છે અને આ તો ઓલી સતીને જેમ લોંઠાએ સતી કરી, તેમ આ જીવને પણ લોંઠાએ ભગવાન ભજાવીએ છીએ. અને શાસ્ત્ર પણ ધર્મ, અર્થ ને કામ પર છે. ને મોક્ષ પર તો માંહી કો'ક શ્લોક છે. તે માટે મોક્ષના કામમાં આવે તેનું ગ્રહણ કરવું ને બીજા સર્વ મંદિરમાં પણ પાપ છે ને ચારેકોર પાપ છે ને એક સત્સંગમાં જ કલ્યાણ છે; પણ બીજે ક્યાંઈ કલ્યાણ છે નહીં.'

પ્રકરણ ૬ ની વાત ૨૦ માં લખ્યું છે કે સર્વે અવતારના કારણ પુરુષોત્તમ સહજાનંદ સ્વામી છે, તેની ઉપાસનાએ કરીને તો ઠેઠ

અક્ષરધામમાં જાય ને બીજા અવતારની ઉપાસનાએ કરીને તો તેના ધામમાં જાય. જેમ હરિવર્ષ ખંડમાં પ્રહ્લાદ છે તે વાત ભાગવતમાં કહી છે; જો રામચંદ્રજી જેવા મહારાજને જાણશે તો તે વૈકુંઠમાં જાશે, તેમાં ચાર હાથ ને મહાકુટ્ય, એમાં શું ? એ તો કાંઈ ઠીક નહીં. ને શ્રીકૃષ્ણ જેવા જાણશે તે ગોલોકમાં જાશે, ત્યાં ગાયું, વાછડાં ને ગોપ - ગોપિયું એ છે, તેમાં પણ શું ? માટે ક્યાંઈ અક્ષરધામના જેવું સુખ નથી. તે માટે મહારાજને પુરુષોત્તમ જાણવા. તે વચનામૃતમાં પણ કહ્યું છે જે, 'જેવો મુને જાણશે તેવો તો હું તેને કરીશ.' તે પુરુષોત્તમ જાણવે કરીને અક્ષરધામમાં પુગાય. તે પાછો નાશ ન થાય ને બીજે તો પ્રકૃતિપુરુષ લગી કાળ ખાઈ જાય છે. ત્યારે એક જણે કહ્યું જે, જ્યાં ભગવાન રાખે ત્યાં રહેવું, ને ભગવાનનાં ધામ તો બધાંય સરખાં. અમથા શું કૂટો છો ?' ત્યારે સ્વામી કહે, 'તારા ને ચંદ્રમા તે કાંઈ એક કહેવાય નહીં. ને મહારાજે પણ કહ્યું છે જે, અવતાર અવતારીમાં ભેદ સમજવો જે, રાજા ને રાજાનો ઉમરાવ ને તીર ને તીરનો નાખનારો એમ ભેદ છે. ઓલ્યો ઉમરાવ ઘણો ભારે હોય ને હુકમ ચલાવે એવો મોટો હોય તો પણ રાજા પાસે જાય ત્યારે કેટલીક સલામ ભરે ત્યારે બેસાય ને રાજાનો એની ઉપર હુકમ ચાલે છે, એમ છે.' તે ઉપર વચનામૃત વંચાવીને કહ્યું જે, 'બીજા ધામને ને અક્ષરધામને તથા બીજા અવતાર ને મહારાજને એકસરખા કહે તેને પંચ મહાપાપીથી પણ વધુ પાપી જાણવો ને એનો સંગ ન કરવો.' એ વંચાવીને પાછો પાડ્યો.

પ્રકરણ ૬ ની વાત ૨૧ માં લખ્યું છે કે વળી, કહ્યું જે, " મધ્યના વચનામૃત નવમામા કહ્યું છે જે, 'બીજા અવતાર જેવા જાણે તો દ્રોહ કર્યો કહેવાય.' ને બદરિકાશ્રમ, શ્વેતધ્વીપ એ તો રાત્રિપ્રલયમાં નાશ

થઈ જાય છે, ને ત્યાંના મુક્ત વૈકુંઠમાં જાય છે. તે બીજા પણ નાશ થાય છે. તે મહારાજે બીજા અવતારના જેટલાં તો હરિભકત તથા સાધુ દ્વારે કામ કરાવ્યાં છે ને હજી કરાવે છે. તે સમાધિ તથા કલ્યાણ ઈત્યાદિક મોટાં મોટાં કાર્ય ભકતદ્વારે કર્યાં છે, તે માટે ભગવાન જેવા તો એ છે. અને બીજાએ તો રાસ કરાવ્યા ને આ તોડાવે છે, ને સ્ત્રીનો ને ધનનો ઘાટ પણ નથી થાતો એવાય કેટલાક છે.' તે ઉપર પાળાનાં તથા સાધુનાં નામ કહી દેખાડ્યાં. ત્યારે, ઓલ્યાથી એ સરસ થયા, ને બીજા ભગવાન તો કેવા છે તો તેનું દ્રષ્ટાંત દીધું જે, દિલ્હીના પાદશાહનું નામ શેરખાં તે બીજેથી નામ ન પડે. તે એક ગામનો સિપાઈ શેરખાં દિલ્હી ગયો. તેને પાદશાહે પૂછ્યું જે, 'કેમ તમારું નામ શેરખાં છે ? ત્યારે કહે જે, 'હું તો શેરખાં કેવો ? તો નામમાત્રે કરીને શેરખાં છું, તે જેવાં પગરખાં, ચબરખાં ને લબરખાં એવો છું.' એમ ભેદ છે; એવી રીતે સમજવું તે સમજણ ઠીક. એવી સમજણ જો ન હોય તો બહુ કાચ્ચપ રહે. તે માટે આ મહારાજ સર્વે અવતારના અવતારી છે. તેને જ સર્વોપરી ભગવાન જાણવા.' એમ સભામાં બોલ્યા. પછી શણગાર આરતી થઈ તે દર્શને પધાર્યા.

પ્રકરણ ૬ ની વાત ૧૦૨ માં લખ્યું છે કે આ સત્સંગમાંથી પડવાનો ઉપાય - મંદિરનો, આચાર્યનો, સાધુનો ને સત્સંગીનો - એ ચારનો જેને દ્રોહ તેનાં મૂળ કપાણાં જાણવાં. તે ઉપર ઘણી વાતું કરી.

પ્રકરણ ૬ ની વાત ૧૨૧ માં લખ્યું છે કે આવા સાધુનો ગુણ લે તે બીજના ચંદ્રની પેઠે વૃધ્ધિ પામે ને અવગુણ લે તે ઘટી જાય ને જડ થઈ જાય. ને મહારાજ કહે, 'ચોસઠ લક્ષણે જુક્ત એવા સાધુ તેનાં દર્શન અમે પણ કરવા ઈચ્છીએ છીએ.' ત્યારે જો ભગવાન પણ તેનાં દર્શન

કરવા ઈચ્છે તો બીજાની શી વાત કહેવી ! તેવા સાધુ આપણને મળ્યા, તેનું આપણને અહોહો નથી થાતું.

પ્રકરણ ૬ ની વાત ૧૭૯ માં લખ્યું છે કે આ સાધુનું તો દર્શન કર્યે પંચમહાપાપ બળી જાય; પણ પૂરું માહાત્મય ક્યાં જાણ્યામાં આવ્યું છે ?

પ્રકરણ ૬ ની વાત ૨૫૪ માં લખ્યું છે કે પુરુષરુપે પ્રકૃતિમાં આવ્યા. એમ પુરુષોત્તમનો પ્રવેશ થાતો ગયો. તે પ્રવેશ તે શું જે, પુરુષોત્તમ પોતે આવ્યા તે, ત્યારે શું ધામમાં નો'તા ? ધામમાં પણ એમ ને એમ હતા. ને ઓલ્યું તો એના ઐશ્વર્ય વતે થતું ગયું. એમ તો પહેલા ગણેશને પ્રભુ કહે છે, બ્રહ્મા, વિષ્ણુ ને શિવને કહે છે, અનિરુધ્ધ, પ્રધુમ્ન ને સંકર્ષણને કહે છે, ત્યારે એમાંથી કેને પ્રભુ માનવા ? ત્યારે એનું તો એમ છે જે, જીવની કોટિયું, ઈશ્વરની કોટિયું, બ્રહ્માની પણ કોટિયું ને કોટિયું છે. એ સૌના કારણ તો મહારાજ પોતે, એમ સમજે ત્યારે મજકૂર મળ્યું કહેવાય. ને અનંત કોટિ રામ, અનંત કોટિ કૃષ્ણ ને અનંત અક્ષરમુક્ત એ સર્વના કર્તા, સર્વના આધાર, સર્વના નિયંતા ને સર્વના કારણ મહારાજને સમજે ત્યારે જ્ઞાન થઈ રહ્યું.

પ્રકરણ ૬ ની વાત ૨૮૭ માં લખ્યું છે કે સ્વર્ગ, મૃત્યુ ને પાતાળ એ ત્રિલોકી લઘુશંકા ચૂંથે છે. તે મોટા સાધુ તો જાણે જે, આ તે શું કરે છે ? કોઈ પ્રભુ ભજતા નથી. ને માણસને વસમું લાગે એટલે કહેતા નથી. ને સત્સંગ થયો છે પણ બાળકની પેઠે લઘુ ચૂંથે છે. ને ત્રિલોકીમાંથી એવો એક તો ખોળીને મારે આગળ લાવો જે મૂતર ન ચૂંથતો હોય.

પ્રકરણ ૬ ની વાત ૨૮૯ માં લખ્યું છે કે આ જગતનું સુખ તો એવું છે જે, અક્ષરધામમાંથી મચ્છરિયું મૂતર્યું તે પ્રકૃતિના લોકમાં ટીપું પડ્યું ને તેમાંથી પાછું વળી થોડુંક ટીપું પ્રધાનપુરુષના લોકમાં પડ્યું ને તેમાંથી પાછું એમ ને એમ બીજા લોકમાં પડતે પડતે કાંઈક ઝણ્ય આ બ્રહ્માંડમાં પડી, એ તે શું કેટલુંક કહેવાય ? તે માટે સર્વોપરી સુખ તો અક્ષરધામમાં છે, ત્યાં જાવું છે.

પ્રકરણ ૭ ની વાત ૩ માં લખ્યું છે કે, ગામ ફણેણીમાં મંદિરની જગા છે, ત્યાં હાલ બેઠક છે, ત્યાં રામાનંદ સ્વામી દેહત્યાગ કરીને ધામમાં ગયા. ત્યાર પછી શ્રી સહજાનંદ સ્વામી પોતાના ગુરુની દેહક્રિયા કરીને તેમની ધર્મધુરા ઉપાડી લેતા હવા, ને તે સ્વામીના જે આશ્રિત તેમની સત્શાસ્ત્રના ઉપદેશે કરીને સંભાવના કરતા હવા. ને તેમને પોતાનો અલૌકિક પ્રતાપ દેખાડીને પોતાને વિશે તેમનાં ચિત્તને તાણી લેતા હવા ને કેટલાક મનુષ્યને સમાધિ કરાવતા હવા. લોજમાં તે પ્રતાપને જોઈને વ્યાપકાનંદ સ્વામીને શ્રીજીમહારાજના સ્વરુપનો સર્વોપરી નિશ્ર્વય ન થયો. ત્યારે શ્રીજીમહારાજે કહ્યું જે, 'આ સર્વે મુકતની એકકળા - વિચ્છિન્ન પૂજા કરો.' ત્યારે વ્યાપકાનંદ સ્વામીએ કહ્યું જે, 'હે મહારાજ ! એમ કેમ થાય ? ત્યારે શ્રીજીમહારાજ બોલ્યા જે, 'તમે એમ સંકલ્પ કરો જે, આ રામાનંદ સ્વામી ભગવાન હોય તો તેમના સામર્થ્યે કરીને હું એટલા રુપે થાઉં.' ત્યારે તેમણે એમ સંકલ્પ કર્યો. તોપણ અનંતરુપે ન થવાણું ! ત્યારે ત્યારે શ્રીજીમહારાજ બોલ્યા જે, 'ચોવીસ અવતારનાં નોખાં નોખાં નામ લઈને સંકલ્પ કરો જે, એ પુરુષોત્તમ ભગવાન હોય તો તેમના સામર્થ્યે કરીને હું અનંતરુપે થાઉં. ત્યારે તેમણે એમ કર્યું તોપણ અનંતરુપે ન થવાણું. ત્યારે શ્રીજીમહારાજ બોલ્યા જે, 'અમારું નામ લઈને સંકલ્પ કરો જે, જો

સહજાનંદ સ્વામી સર્વ અવતારના અવતારી પુરુષોત્તમ ભગવાન હોય તો હું અનંતરુપે થાઉં.' પછી શ્રીજીમહારાજનું નામ લીધું ત્યારે અનંતરુપે થવાણું ને સર્વ મુક્તની એકકળાવિચ્છિન્ન પૂજા કરી. ત્યારે એવા પ્રતાપને જોઈને વ્યાપકાનંદ સ્વામીને મહારાજને વિષે સર્વ અવતારના અવતારી પુરુષોત્તમપણાનો નિશ્ચય થયો. પછી સમાધિમાંથી ઉઠ્યા, ત્યારે શ્રીજીમહારાજે કહ્યું જે, 'તમારે સમાધિમાં જેવી રીતે દેખાણૂં હોય તેવી રીતે આ સર્વેને કહો.'

ત્યારે વ્યાપકાનંદ સ્વામીએ કહ્યું જે, 'આ શ્રીજીમહારાજ તો સર્વ અવતારના અવતારી ને અક્ષરધામના પતિ છે, તે માટે રામાનંદ સ્વામી તથા પૂર્વે થયા જે રામકૃષ્ણાદિક ભગવાનના અવતાર તે સર્વે શ્રીજીમહારાજની મૂર્તિને વિશે લીન થયા એમ મેં અક્ષરધામમાં દીઠૂં. તે માટે આ શ્રીજીમહારાજ સર્વોપરી ભગવાન છે.' ત્યારે તે વ્યાપકાનંદ સ્વામીની વાત સાંભળીને રામાનંદ સ્વામીના નિશ્ચયવાળા હતા તથા બીજા મતવાળા હતા તેમના માન્યામાં વાત આવી નહીં. ત્યારે તે સર્વેએ શ્રીજીમહારાજની પ્રાર્થના કરીને કહ્યું જે, 'હે મહારાજ ! આ વાત અમારે સર્વને સમજ્યામાં આવતી નથી. માટે અમને જે રીતે સમજાય તેવી રીતે કૃપા કરીને કહો.' ત્યારે શ્રીજીમહારાજે કહ્યું જે, 'તમે ધ્યાનમાં બેસો ને પોતપોતાના ઈષ્ટદેવને સંભારો, તો એ વાત તમોને જેમ છે તેમ જણાશે.' ત્યારે તે સર્વ ધ્યાનમાં બેઠા ત્યારે શ્રીજીમહારાજ પોતાની દ્રિષ્ટિમાત્રે કરીને તે સર્વને સમાધિ કરાવીને અક્ષરધામને વિષે અનંત મુકતે સહિત પોતાની દિવ્ય મૂર્તિનું સાક્ષાત દર્શન કરાવતા હવા. તથા રામાનંદ સ્વામી તથા સર્વે અવતાર તે પોતાની સેવામાં દેખાડતા હવા. પછી પોતાની મૂર્તિમાં સર્વે અવતારને લીન કરી દેખાડતા હવા. તેમાં કેટલાક મનુષ્યને શ્રીજીમહારાજનો અડગ નિશ્ર્વય થયો. પછી તે

ભકતને શ્રીજીમહારાજ સમાધિમાંથી જગાડતા હવા. ત્યારે તે ભકત બોલ્યા : 'હે મહારાજ ! તમે તો સર્વોપરી પુરુષોત્તમ ભગવાન છો. માટે તમારા પ્રગટ પુરુષોત્તમપણાના નિશ્ર્વયમાં સંશય ન થાય એવી કૃપા કરો.' ત્યારે તે પ્રત્યે શ્રીજીમહારાજ બોલ્યા જે, 'આ પુરુષોત્તમ ભગવાન તો ક્યારેય આ બ્રહ્માંડને વિશે આવ્યા નથી ને આવશે પણ નહીં. માટે આ તો સર્વોપરી મૂર્તિ છે તે આ નિશ્ર્વય ફરવા દેવો નહીં.' એમ શ્રીજીમહારાજ તેમના ઉત્સાહને અર્થે ને તેમની બુધ્ધિની દ્રઢતાને અર્થે, પોતાનું જે નાના પ્રકારનું ઐશ્વર્ય તે સમાધિએ કરીને દેખાડતા હવા. તેમાં કેટલાક મનુષ્યને તો અક્ષરધામને વિશે અનંત મુક્તે સેવ્યા થકા પોતાની અલૌકિક મૂર્તિનું દર્શન દેતા હવા. ને કેટલાક મનુષ્યને તો ગોલોકને વિશે લક્ષ્મી, રાધિકા ને શ્રીદામાદિક પાર્ષદે સહિત તે રુપે પોતાનું દર્શન દેતા હવા. ને કેટલાકને વૈકુંઠલોકને વિશે લક્ષ્મી ને નંદ-સુનંદાદિક પાર્ષદે સહિત વિષ્ણુરુપે પોતાનું દર્શન દેતા હવા. ને કેટલાકને શ્વેતધ્વીપને વિશે નિરન્નમુક્તે સહિત મહાપુરુષરુપે પોતાનું દર્શન દેતા હવા. ને કેટલાક્ને તો અવ્યાકૃત ધામને વિશે લક્ષ્મી આદિક શક્તિઓ અને પાર્ષદે સહિત ભૂમાપુરુષરુપે પોતાનું દર્શન દેતા હવા. ને કેટલાકને તો ક્ષીરસમુદ્રને વિશે લક્ષ્મી ને શેષનાગે સહિત યોગેશ્વરરુપે પોતાનું દર્શન. ને કેટલાકને તો સૂર્યના મંડળના વિષે હિરણ્યમય પુરુષરુપે પોતાનું દર્શન દેતા હવા. ને કેટલાક્ને તો અગ્નિ મંડળને વિષે યજ્ઞપુરુષરુપે પોતાનું દર્શન દેતા હવા. ને કેટલાક્ને તો પ્રણવના જે નાદ તે તત્કાળ સંભળાવતા હવા. ને કેટલાક્ને તો કોટિ કોટિ સૂર્ય સરખું જે પોતાનું તેજ તે દેખાડતા હવા ને કેટલાકને તો જાગ્રત, સ્વપ્ન, સુષુપ્તિ થકી પર ને સચ્ચિદાનંદ છે લક્ષણ જેનું ને દ્રષ્ટા છે નામ જેનું, એવું જે બ્રહ્મતેજ તે રુપે પોતાનું દર્શન દેતા હવા.

ને કેટલાકને તો બ્રહ્માંડ્ના આધાર ને પુરુષસૂકતને વિષે કહ્યા એવા જે વૈરાટ્પુરુષ તે રુપે પોતાનું દર્શન દેતા હ્વા. ને કેટલાકને તો ભૂગોળ - ખગોળને વિશે રહ્યાં જે દેવતાનાં સ્થાનક ને આશ્ચર્ય તેને દેખાડતા હ્વા. ને કેટલાકને તો આધારાદિક છ ચક્રને વિષે રહ્યા એવા જે ગણેશ આદિક દેવતાનાં સ્થાનક તેને પ્રુથક દેખાડતા હ્તા. ને ક્યારેક તો સો-સો ગાઉને છેટે રહ્યા એવા જે પોતાના ભક્ત તેમને પ્રત્યક્ષ પ્રમાણ પોતાનું દર્શન દેતા હ્વા. ને ક્યારેક તો છેટે રહ્યા એવા જે પોતાના ભક્ત તેમણે પોતાના ઘરને વિષે શ્રીજીમહારાજની પ્રતિમાને આગળ ધર્યું જે નૈવેધ તેને પોતપોતાના ભક્તને વિસ્મય પમાદતા થકા જમતા હ્વા. ને ક્યારેક તો દેહ્ત્યાગને કરતા એવા જે પોતાના ભકતજન તેમને પોતાના ધામ પ્રત્યે લઈ જાવાને ઈચ્છતા થકા ત્યાં પોતે આવીને તે ભકતના ગામને વિષે રહ્યા એવા જે બીજા ભકત તથા અભકત તેમને પણ પોતાનું સાક્ષાત દર્શન દેતા હ્વા. એવી રીતે મુમુક્ષુ અથવા મુમુક્ષુ નહીં એવા જે જન તેમને પોતાના અલૌકિક ઐશ્વર્ય દેખાડતા એવા જે શ્રી સહ્જાનંદ સ્વામી મહારાજ તેમને જોઈને અતિશય વિસ્મયને પામ્યા એવા જે હ્જારો મનુષ્યો, તે પોતપોતાના મતનો ને ગુરુનો ત્યાગ કરીને શ્રીજીમહારાજનું પ્રગટ પ્રમાણ ભજન કરતા હ્વા. પછી તે પ્રતાપને જોઈને ઘણાક જે મતવાદી તે શ્રીજીમહારાજ સંગાથે વિવાદ કરવા આવ્યા પણ વાદે કરીને શ્રીજીમહારાજને જીતવાને કોઈ સમર્થ ન થયા ને પછી તે સર્વ શ્રીજીમહારાજનો અલૌકિક ઐશ્વર્ય પ્રતાપ દેખીને નમસ્કાર કરીને બોલ્યા જે, 'હે મહારાજ ! તમે તો પરમેશ્વર છો. માટે અમારા જે જે ઈષ્ટદેવ છે તેનાં દર્શન અમને કૃપા કરીને કરાવો.' એવી રીતે તેમનું પ્રાર્થના - વચન સાંભળીને તે સર્વને ધ્યાનમાં બેસારીને પોતાને

પ્રતાપે કરીને તેમને તત્કાળ સમાધિ કરાવતા હવા. પછી તે સર્વે શ્રીજીમહારાજનાં દર્શનમાત્રે કરીને ખેંચાઈ ગયા છે નાડી - પ્રાણ જેમનાં એવા થકા પોતપોતાના હ્દયને વિષે પોતપોતાના ઈષ્ટદેવરુપે શ્રીજીમહારાજને દેખતા હવા. તેમાં જે વલ્લભ કુળને આશ્રિત એવા વૈષ્ણવ હતા તે તથા મધ્વ સંપ્રદાયના હતા એ બે તો ગોપીના ગણે વીંટાણા ને વૃંદાવનને વિષે રહ્યા એવા બાળલીલાએ કરીને મનોહર મૂર્તિ એવા જે શ્રીકુષ્ણ ભગવાન તે રુપે દેખતા હવા. ને જે રામાનુજ સંપ્રદાયના હતા તે તો નંદ, સુનંદ ને વિશ્વકસેન ને ગરુડાદિક પાર્ષદે સહિત લક્ષ્મીનારાયણ રુપે દેખતા હવા. ને જે રામાનંદી હતા તે તો સીતા, લક્ષ્મણ ને હનુમાને યુકત થકા દિવ્ય સિંહાસન ઉપર બેઠા એવા જે શ્રીરામચંદ્રજી તે રુપે દેખતા હવા. ને જે શંકરાચાર્યના મતવાળા હતા તે તો બ્રહ્મજોતિરુપે દેખતા હવા. ને જે શૈવી હતા તે તો પાર્વતી ને પ્રથમગણે સહિત જે શિવજી તે રુપે દેખતા હવા. ને જે દેવીના ઉપાસક હતા તે તો દેવીરુપે દેખતા હવા. ને જે જૈન હતા તે તીર્થંકરરુપે દેખતા હવા. ને જે યવન હતા તે તો પેગંબરરુપે દેખતા હવા. એવી રીતે સમાધિએ કરીને પોતપોતાના ઈષ્ટદેવ રુપે શ્રીજીમહારાજને જોઈને સર્વ અવતારના કારણ જાણીને પોતપોતાના મતનો ત્યાગ કરીને શ્રીજીમહારાજનો દ્રઢ આશ્રવય કરતા હવા. ને પ્રગટ પ્રમાણ ભજન કરતા હવા. એવી રીતે શ્રી સહજાનંદજી મહારાજ જે તે પોતાના પ્રતાપે કરીને જીવનું જે મૂળ અજ્ઞાન તેનો નાશ કરતા થકા પુથ્વીને વિષે નાશ પામ્યો જે એકાંતિક ધર્મ તેનું રુડી રીતે સ્થાપન કરતા હવા.

પ્રકરણ ૭ ની વાત ૮ માં લખ્યું છે કે, અગત્રાઈના પર્વતભાઈને શ્રીજીમહારાજની મૂર્તિ તો ત્રણે અવસ્થામાં અખંડ દેખાતી હતી તો પણ

એમ સંકલ્પ થયો જે,જે, 'બીજા ભગવાનના અવતારનાં સ્વરુપ કેવાં હશે? ત્યારે તે સંકલ્પમાત્રે તે ચોવીસ ભગવાનની મૂર્તિયું પર્વતભાઈ આગળ આવીને ઉભી રહી ને પછી પર્વતભાઈએ દર્શન કર્યાં. પછી તે ચોવીસ અવતારનાં સ્વરુપ શ્રીજીમહારાજની સ્તુતિ કરતે સતે શ્રીજીમહારાજની મૂર્તિમાં લીન થતા હવાં. એવી રીતે શ્રીજીમહારાજ પર્વતભાઈને પોતાનો અલૌકિક પ્રતાપ દેખાડતા હવા.

પ્રકરણ ૭ ની વાત ૯ માં લખ્યું છે કે, અમદાવાદમાં સંતને દુષ્ટે કષ્ટ દીધું ત્યારે શ્રીજીમહારાજ કાંકરિયે તળાવ બિરાજમાન હતા; ત્યાં સંત આવ્યા. તે સંતને શ્રીજીમહારાજ જોઈને એમ બોલ્યા જે, 'મારા પરમહંસની મોટા બ્રહ્માદિક દેવ ને સર્વે અવતાર તે પ્રાર્થના કરે છે ને તેમનાં દર્શનને ઈચ્છે છે ને એક કીડી જેવા જીવને પણ દૂભે નહીં, એવા જે સંત તેને દુ:ખ દીધું.' એમ કહીને ઉત્તર મુખે ઉદાસ થઈને બેઠા; તેટલામાં બ્રહ્માદિક દેવે જાણ્યું જે, આજ તો સર્વ બ્રહ્માંડનો નાશ થઈ જાશે. એટલામાં મહાકાળ, સંકર્ષણ, શિવાદિક આવીને પ્રાર્થના કરવા લાગ્યા જે, 'હે મહારાજ ! તમે જે આજ્ઞા કરો તે અમે તત્કાળ કરીએ ને અમે તમારા સેવક છીએ તે તમારા સંતને કષ્ટ દેનારો કોણ છે ? તેનો ક્ષણમાત્રમાં નાશ કરી નાખીએ.' એમ તે મહાકાળાદિક બોલ્યા. તે પછી દિવ્ય ચક્ષૂવાળા સંત હતા તેમણે શ્રીજીમહારાજની પ્રાર્થના કરીને કહ્યું જે, 'હે મહારાજ ! હે સ્વામિન ! હે પ્રભો ! આજ તમે અગણિત જીવોનાં આત્યંતિક કલ્યાણ કરવાને અર્થે દયાએ કરી અક્ષરધામમાંથી આંહી પૃથ્વી ઉપર પધાર્યા છો, તે જીવોના અપરાધ ક્ષમા કરીને આત્યંતિક કલ્યાણ કરો.' એવી સંતે પ્રાર્થના કરી. પછી શ્રીજીમહારાજ સંત પ્રત્યે એમ બોલ્યા જે, 'અનંત કોટિ બ્રહ્માંડમાં સર્વે આપણૂં કર્યું થાય છે. તે જુઓને, સર્વે અવતાર

અમારા વિષે લીન થાય છે ને આ સંતની સભાને અમે અક્ષરધામને વિષે દેખીએ છીએ ને આપણી વાત માને છે તેનું કલ્યાણ થાય છે ને જે નથી માનતા તે નરકમાં જાય છે; ને અમારા શરીરમાં કાંઈ કસર જેવું થયું ત્યારે જગતમાં અનેક જીવોનો નાશ થઈ ગયો ને જ્યારે આપણે ખટરસ ને વસ્ત્ર ત્યાગ કર્યાં ને ટાટ પે'ર્યાં ત્યારે જગતમાં કોઈને અન્ન, વસ્ત્ર મળ્યું નહીં ને સર્વે હેરાન થઈ ગયા. માટે સર્વે આપણૂં કર્યું થાય છે, પણ બીજા કોઈનું કર્યું થાતું નથી; ને તમારા શરીરમાંથી કોટિ કોટિ સૂર્યના પ્રકાશથી અધિક પ્રકાશ નીસરે છે ને અતિ સામર્થ્યે યુક્ત છો ને તમારે માથે કાળ, કર્મ, માયાનો હુકમ નથી એમ હું તમને દેખું છું'. એમ શ્રીજીમહારાજ બોલ્યા. ત્યારે સર્વ સંત બોલ્યા જે, 'હે મહારાજ ! તમે તો સર્વ અવતારના અવતારી ને અક્ષરધામના પતિ પૂર્ણ પુરુષોત્તમ છો. માટે તમે દેખો એમાં શું કહેવું ? ને તમે તો દિવ્ય એવું જે, અક્ષરધામ ને દિવ્ય એવા જે પાર્ષદ, ગુણ, વિભુતિ, ઐશ્વર્ય તેણે યુકત એવા અનાદિ, નિત્યસિધ્ધ, સર્વોપરી, પૂર્ણ, અનવધિકાતિશય, કલ્યાણકારી અનેક ગુણે યુકત થકા એકાંતિક ભકતને સુખ દેવાને અર્થે ને અગણિત જીવોનાં કલ્યાણ કરવાને અર્થે કૃપા કરીને હરિપ્રસાદજીને ઘરે પ્રકટ્યા છો. ને તમારી મરજી ને રાજીપો હશે તેમ કરશું અને અમારે આ લોકમાં ને પરલોકમાં તમ વિના બીજું કાંઈ વહાલું નથી, તમે તો અમારા જીવનપ્રાણ છો. ને તમને પ્રસન્ન કરવાને અર્થે તો અનંત જન્મ ધરીને માયિક સુખ ને ભુંડા સ્વભાવનો ત્યાગ કરી દઈએ. માટે હે સ્વામિન ! તમો અમારે દુ:ખે કરીને ઉદાસી થાશો મા, અમારે કશું દુ:ખ નથી. ને કોટિ સૂર્યના તેજ થકી કોટિ ગણૂં તેજ વૈકુંઠના મુકતમાં છે ને તેથી કોટિ ગણૂં તેજ તે ગોલોકના મુકતમાં છે ને તેથી અનંત કોટિ ગણૂં તેજ તે અક્ષરના મુકતના એક રોમને વિશે છે ને

તેથી અનંત કોટિ ગણૂં તેજ તે અક્ષરધામની ભૂમિ તેમાં સોપારી રહે એટલા દેશના તેજમાં લીન થાય છે ને અનંત અપાર જે અક્ષરધામનો પ્રકાશ તે સર્વેને ભેળો કરીએ તો સર્વ અવતારના અવતારી જે હરિકૃષ્ણ પુરુષોત્તમ તેના એક રોમના કોટિમા ભાગના પાશંગની બરોબર નથી આવતાં. એવા દિવ્ય તેજ, ઐશ્વર્ય, પ્રતાપ, બળ, કીર્તિ, સ્વરાટ, સત્યસંકલ્પ એવા અનેક દિવ્ય ગુણે યુકત મૂર્તિ છો, તો પણ કૃપા કરીને જીવના કલ્યાણ કરવાને અર્થે મનુષ્યાકૃતિ જણાઓ છો.' એવી રીતે સર્વે સંતે શ્રીજીમહારાજની પ્રાર્થના કરી.

પ્રકરણ ૭ ની વાત ૧૫ માં લખ્યું છે કે, ગઢડામાં શ્રીજીમહારાજે એક ભકતને કહ્યું જે, 'તમે અક્ષરધામમાં જઈ આવો.' ત્યારે તે ભકત સમાધિ કરીને પ્રથમ બદરિકાશ્રમમાં ગયા; ત્યાં આપણા સાધુ, પાળા, બ્રહ્મચારી, હરિભક્ત તેને દીઠા. ત્યારે તેને પૂછ્યું જે, 'શ્રીજીમહારાજ ક્યાં છે ? ત્યારે એ સર્વે બોલ્યા જે, 'આ નરનારાયણ છે તે જ મહારાજ છે.' ત્યારે હરિભકતે કહ્યું જે, 'હું મહારાજને ઓળખું છું.' પછી ત્યાંથી દર્શન કરીને શ્વેતધ્વીપમાં ગયો. ત્યાં પણ આપણા સાધુ, બ્રહ્મચારી હતા. તેને કહ્યું જે, ' 'શ્રીજીમહારાજ ક્યાં છે ? ત્યારે એ સર્વે બોલ્યા જે, 'આ વાસુદેવ છે તે જ મહારાજ છે.' ત્યારે તે બોલ્યા જે, 'હું મહારાજને ઓળખું છું.' પછી ત્યાંથી વૈકુંઠમાં ગયો. ત્યારે ત્યાં પણ આપણા સાધુ આદિક દીઠા. ત્યારે તેને કહ્યું જે, ' 'શ્રીજીમહારાજ ક્યાં છે ? ત્યારે તેમણે કહ્યું જે, 'આ લક્ષ્મીનારાયણ છે તે જ મહારાજ છે.' ત્યારે તેણે કહ્યું જે, 'હું મહારાજને ઓળખું છું.' પછી ત્યાંથી તે ભકત ગોલોકમાં ગયો. ત્યારે ત્યાં પણ આપણા સાધુ આદિકને દીઠા. ત્યારે તેમને પૂછ્યું જે, ' મહારાજ ક્યાં છે ? ત્યારે તે બોલ્યા જે, 'આ શ્રીકૃષ્ણ છે તે જ મહારાજ છે.' ત્યારે તેણે કહ્યું : 'મહારાજને હું ઓળખું છું.' માટે આ શ્રીજીમહારાજ

નહીં.' ત્યાર પછી તે ભકત અક્ષરધામમાં ગયો ને ત્યાં અનંત કોટિ મુક્ત તેમણે સેવ્યા એવા જે શ્રીજીમહારાજ તેમને દીઠા, ને ત્યાં આપણા સાધુ, બ્રહ્મચારી, પાળા, સત્સંગી તે સર્વેને શ્રીજીમહારાજની સેવામાં દીઠા, ત્યાર પછી તે ભકતને શ્રીજીમહારાજે પૂછયું જે, 'ક્યાં ક્યાં ધામ જોતા આવ્યા ? ત્યારે તે ભકતે કહ્યું જે, 'હે મહારાજ ! આપણા બ્રહ્મચારી, સાધુ, પાળા, સત્સંગી તે બદરિકાશ્રમમાં, શ્વેતધ્વીપમાં, વૈકુંઠમાં, તથા ગોલોકમાં ઘણા દીઠા. તે પણ આંહી કેમ ન આવ્યા ? ત્યારે શ્રીજીમહારાજે કહ્યું જે, 'અમને તે તે ધામના પતિ જાણ્યા, તે માટે ત્યાં જઈને રહ્યા છે ને આ સર્વેએ અમને સર્વ અવતારના અવતારી જાણ્યા, ને સર્વ ધામ થકી પર જે બ્રહ્મમોહોલ તેના પતિ અમને જાણ્યા, તે માટે એમને અમે અક્ષર જેવા કર્યા છે. અને પૂર્વના અવતાર જેવા અમને જાણ્યા તે માટે એમને તે તે અવતાર જેટલું ઐશ્વર્ય આપ્યું છે. ને તે તે ધામના પતિ અમને જાણીને તે તે ધામમાં રહ્યા છે. ને તે જો અમને પંડે જઈએ કહીએ તો પણ ન માને એવો એને નિશ્ચય છે.' પછી તે ભકતને સમાધિમાંથી શ્રીજીમહારાજ જગાડતા હવા. પછી શ્રીજીમહારાજે તે ભકતને કહ્યું જે, 'તમે જે દીઠું તે સર્વે આ સંતમંડળની આગળ કહો.' ત્યારે તે ભકતે જે દીઠું હતું તેમ સંતમંડળ આગળ કહ્યું. પછી સર્વે પરમહંસે કહ્યું : 'હે મહારાજ ! તમે કૃપા કરીને તમારા સ્વરુપનો જેમ અમને સર્વોપરી નિશ્ચય થાય તેવી રીતે કહો !' પછી શ્રીજીમહારાજ બોલ્યા જે, 'અક્ષરાતીત એવા જે આ પ્રગટ પુરુષોત્તમ ભગવાન તે અનંત અક્ષર મુક્તે સેવ્યા થકા પોતાના અક્ષરધામને વિષે સદાય વિરાજમાન છે. તેમણે સૃષ્ટિ સમે અક્ષર સામું જોયું ત્યારે તે અક્ષરે અનંત કોટિ મુકત સામું જોયું ત્યારે તે મુકતોમાંથી એક પુરુષ ઊભો થયો. પછી તે પુરુષે માયા સામું જોયું. પછી માયામાંથી અનંત

પ્રધાન - પુરુષાદિક થયા. તે અક્ષરપુરુષ અનેક રુપે કરીને તેમાં પ્રવેશ કરે છે, અનેક રુપે કરીને સર્વેની રક્ષા કરે છે, અનંત પાર્ષદ, શક્તિયું, ઐશ્વર્ય સેવ્યા થકા પોતાના ધામને વિશે જ રહે છે ને બીજે રુપે કરીને પુરુષોત્તમની સેવા કરે છે. એ પ્રકારે એને વિશે અનેક કળા રહી છે. એવા જે મહાપુરુષ તેનો મોટા કવિ પણ પાર પામતા નથી. આધુનિક સમજણવાળાની તો એટલે સુધી જ ગતિ છે. ને એવા અનંત અક્ષરમુક્તે સેવ્યા એવા જે પ્રગટ પુરુષોત્તમ તેની તમારે સાક્ષાત પ્રાપ્તિ છે ને એવા જે પ્રગટ પુરુષોત્તમ શ્રી સ્વામિનારાયણ તે બીજા ધામમાં રહી જે મૂર્તિયું તથા સર્વે અવતાર તેના કારણ છે ને અનંત મુકતના સ્વામી છે, ને અપરિમિત, સર્વોપરી, નિરંકુશ, ઐશ્વર્યાદિકે કરીને સંપૂર્ણ છે, એવા જે પ્રગટ પુરુષોત્તમ તેમની જેમ તમને ઉપાસના છે તેમ જેને ઉપાસના થાય તે જ પુરુષોત્તમને પામે છે. પણ બીજા તો કોટિ સાધન કરે તો પણ ન પામે.

પ્રકરણ ૭ ની વાત ૨૩ માં લખ્યું છે કે, અમદાવાદમાં શ્રી નરનારાયણદેવની પ્રતિષ્ઠા કરી, તે સમે શ્રીજીમહારાજ મુક્તાનંદ સ્વામી આદિક સંત આગળ એમ બોલ્યા જે, 'આ ભરતખંડના રાજા શ્રી નરનારાયણ છે તેમની પ્રતિમાની પ્રતિષ્ઠા આપણે કરી ને જે સાક્ષાત મૂર્તિમાન શ્રી નરનારાયણ દેવ શ્રી બદરિકાશ્રમવાસી છે તથા વૈકુંઠવાસી શ્રી લક્ષ્મીનારાયણ દેવ આદિક સર્વે તે પ્રગટ પુરુષોત્તમ ધ્વિભુજ મૂર્તિ એવા આ ભગવાન તેમની ઉપાસના તથા સેવા કરે છે,' એમ શ્રીજીમહારાજે મર્મે કરીને પોતાના પુરુષોત્તમપણાની વાત કરી. તે વાત સાંભળીને જે એકાંતિક જ્ઞાનવાન સંત હતા એ એમ સમજ્યા જે, આ પ્રગટ પુરુષોત્તમ શ્રીજીમહારાજ તે જ સર્વે અવતારના અવતારી ને

અક્ષરધામના પતિ પ્રગટ પુરુષોત્તમ છે. એમ શ્રીજીમહારાજની મૂર્તિને વિષે નિશ્ચય કરતા હતા.

પ્રકરણ ૭ ની વાત ૨૪ માં લખ્યું છે કે વરતાલમાં શ્રીજીમહારાજે પરમહંસ આગળ પોતાના પુરુષોત્તમપણાના મહિમાની વાત પાંચ, છ દિવસ કરીને પછી શ્રીજીમહારાજે સંતને કહ્યું જે, 'અમારી વાતનું રહસ્ય તો આ નિત્યાનંદ સ્વામી સમજે છે.' પછી સર્વે સંતે કહ્યું જે, 'હે મહારાજ ! એ કેમ સમજે છે ? ત્યારે કહ્યું જે, 'તમે પૂછો.' ત્યારે સર્વે સંતે પૂછ્યું, ત્યારે નિત્યાનંદ સ્વામીએ કહ્યું જે, "તમે પુરુષોત્તમ કહ્યા તે તો મહાપુરુષ છે ને પુરુષોત્તમ તો અક્ષર થકી પર ને રામકૃષ્ણાદિક સર્વે અવતારના અવતારી ને સર્વ કારણના કારણ આ પ્રત્યક્ષ પ્રમાણ શ્રીજીમહારાજ છે.' ત્યાર પછી સર્વે સંતે શ્રીજીમહારાજને કહ્યું જે, 'હે મહારાજ ! તમારા સ્વરુપનો સર્વોપરી નિશ્ચય થાય તેવી રીતે કૃપા કરીને કહો.' ત્યારે શ્રીજીમહારાજ બોલ્યા જે, 'જ્યાં પ્રગટ પુરુષોત્તમપણાની વાત આવે છે ત્યાં સર્વેની બુધ્ધિ ભ્રમાઈ જાય છે, પણ સર્વ ઠેકાણે પ્રત્યક્ષ હરિકૃષ્ણ પુરુષોત્તમને લઈને બીજાને પુરુષોત્તમ કહ્યા છે તે પ્રત્યક્ષ હરિકૃષ્ણ પુરુષોત્તમને લીધા વિના તો અક્ષરને પણ ભગવાન ન કહેવાય તો બીજાની શી વાત કહેવી ? માટે એવા શબ્દને સાંભળીને મતિ ભ્રમાવા દેવી નહીં. તે પુરુષોત્તમ રામકૃષ્ણાદિક સર્વે અવતારના અવતારી પ્રત્યક્ષ હરિકૃષ્ણ અમે છીએ એમાં કિંચિતમાત્ર સંશય નથી.' એવી રીતે શ્રીજીમહારાજે પોતાના પુરુષોત્તમપણાની સંત આગળ વાત કરી.

બીએપીએસ સ્વામિનારાયણ સંપ્રદાય સાથેના મારા અનુભવો

ક્યારેક જાત વિશે વિચારું છું કે જિંદગીમાં મેં શું મેળવ્યું, જિંદગીમાં હું શું મેળવીશ, જિંદગી હું શા માટે જિવું છું. તો મને કોઇ વસ્તુની ખોટ નથી. હમણાં ગુજરાત સરકારનાં મહેસુલ વિભાગમાં કારકુન તરીકે સરકારી નોકરી કરું છું. ૨૦૧૨ માં IBPS NATIONALIZATION BANK CLERK, IBPS RURAL BANK CLERK, S B I CLERK, POWER GRID CORPORATION OF INDIA માં ELECTRICAL TECHNICIAN એ તમામ પરીક્ષા મેં પાસ કરી હતી. બીજી કોઇ કારકિર્દી લક્ષી પરીક્ષા પણ પાસ કરી જ લઇશ, જિંદગીમાં ઘણું ખરું મેળવીશ તે છતાં મારી જિંદગીમાં કંઇક ખૂટે છે તેવું મને લાગે છે. તેથી જ હું આ મારી હકીકત અને બીએપીએસ સંપ્રદાય વિશેનાં મારા અનુભવો અહીંયા લખું છું.

સ્વામિનારાયણ બીએપીએસ સંપ્રદાયની વિચારધારાનાં લીધે મેં મારી જાતને જિંદગીના દરેક વળાંક પર એકલવાયી અનુભવી છે. કારણ કે મારા માતા – પિતા, મારી માતાના પિતા એટલે કે મારા નાના – નાની, મારી માતાનાં નજીકનાં સગા – સંબંધીઓ એ બધા સ્વામિનારાયણ સંપ્રદાયનાં ચુસ્ત સત્સંગી છે. મારા પિતાના ગામમાં પણ સ્વામિનારાયણ બીએપીએસ સંપ્રદાયમાં ઘણા લોકો માને છે.

મેં મારી જાતને હંમેશા સ્વામિનારાયણ બીએપીએસ સંપ્રદાયથી અલગ રાખી છે કારણ કે હું પોતે ધાર્મિક ભાવના, ધર્મ, ભગવાનમાં વિશ્વાસ અને શ્રધ્ધા ધરાવું છું. મને ભગવાનમાં વિશ્વાસ અને શ્રધ્ધા અતૂટ છે. મેં રામાયણ, મહાભારત, ક્રિષ્ના અવતાર એ બધા પુસ્તકો

પાંચમા – છઠા ધોરણમાં અભ્યાસ કરતો હતો ત્યારે જ વાંચી નાખ્યા હતા. મને પહેલેથી જ ધાર્મિક પુસ્તકોનું વાંચન કરવું ગમે છે. સ્વામિનારાયણ બીએપીએસ સંપ્રદાયના પુસ્તકો પણ હું છઠ્ઠા- સાતમા ધોરણમાં અભ્યાસ કરતો હતો ત્યારથી જ વાચતો હતો. મારા માતા – પિતા સ્વામિનારાયણ બીએપીએસ સંપ્રદાયના ચુસ્ત સત્સંગી હોવાના લીધે તેઓ જે પણ પુસ્તકો સ્વામિનારાયણ બીએપીએસ સંપ્રદાયના લાવતા, એમાંથી મોટા ભાગનાં પુસ્તકોનું વાંચન હું વર્ષ ૨૦૧૩ સુધી કર્યું છે. હું ભગવાનમાં વિશ્વાસ અને શ્રધ્ધા આજે પણ ધરાવું છું. હું દ્રઢ પણે માનું છું કે આ દુનિયા ભગવાનથી જ ચાલે છે. પરંતુ હું સ્વામિનારાયણ બીએપીએસ સંપ્રદાયમાં ન માનતો હોવાના કારણે, તિલક – ચાંદલો ન કરતો હોવાના કારણે સ્વામિનારાયણ બીએપીએસ સંપ્રદાયના મને નિકટથી જાણતા સંતો, મારા માતા – પિતા તેમજ સ્વામિનારાયણ બીએપીએસ સંપ્રદાયના સત્સંગીઓ કે જેઓ મને ઓળખે છે. તેઓ બધા હું સ્વામિનારાયણ સંપ્રદાયમાં ન માનતો હોવાના કારણથી જ મને ધર્મ વિરોધી ગણાવે છે તેમજ હું ભગવાનમાં નથી માનતો એવી પાયા વિહોણી વાતો કરી રહ્યા છે, જે વાતો સદંતર ખોટી છે. પાયા વિહોણી છે અને સત્યથી વેગળી છે.

મને સંપ્રદાયોથી કોઇ વિરોધ નથી. સ્વામિનારાયણ બીએપીએસ સંપ્રદાયથી પણ મને કોઇ પણ પ્રકારનો વિરોધ નથી. જેને જે સંપ્રદાયમાં જોડાવું હોય એ સંપ્રદાયમાં જોડાય, જે ભગવાનમાં મનવું હોય એ ભગવાનમાં માને, મને કોઇ પણ પ્રકારનો વાંધા – વિરોધ નથી.

હું પોતે ભગવાનમાં અતૂટ શ્રધ્ધા ધરાવું છું. મને નૈતિકતા અને સત્ય વચન ગમે જ છે. તે છતાં સ્વામિનારાયણ બીએપીએસ સંપ્રદાયના મને નિકટથી જાણતા સંતો, મારા માતા – પિતા તેમજ સ્વામિનારાયણ બીએપીએસ સંપ્રદાયના સત્સંગીઓ કે જેઓ મને ઓળખે છે. તેઓ બધા હું સ્વામિનારાયણ સંપ્રદાયમાં ન માનતો હોવાના કારણથી જ મને ધર્મ વિરોધી ગણાવે છે તેમજ હું ભગવાનમાં નથી માનતો એવી પાયા વિહોણી વાતો કરી રહ્યા છે, જે વાતો સદંતર ખોટી છે. પાયા વિહોણી છે અને સત્યથી વેગળી છે.

મને બાળપણથી જ ધાર્મિક પુસ્તકોનું વાચન કરવું ગમે છે. હું છઠ્ઠા- સાતમા ધોરણમાં અભ્યાસ કરતો હતો ત્યારથી ૨003 ના વર્ષ સુધી સ્વામિનારાયણ બીએપીએસ સંપ્રદાયમા માનતો હતો, પરંતુ પછી સ્વામિનારાયણ બીએપીએસ સંપ્રદાયના સંતોની વિચારસરણીમાં મને રસ ના પડ્યો. આથી મેં સ્વામિનારાયણ બીએપીએસ સંપ્રદાયથી પોતાની જાતને અલગ કરી, તો મારા વિશે મનઘડંત વાતો સ્વામિનારાયણ બીએપીએસ સંપ્રદાયના સંતો, સ્વામિનારાયણ બીએપીએસ સંપ્રદાયના સત્સંગીઓ, મારા માતા – પિતા કે જેઓ પણ સ્વામિનારાયણ બીએપીએસ સંપ્રદાયના સત્સંગી છે. તે બધા એવી વાતો કરી રહ્યા છે કે હું ભગવાનમાં નથી માનતો, ધર્મવિરોધી છું. સંપ્રદાય વિરોધી છું. એ બધી વાતો મારા મત મુજબ સત્યથી વેગળી છે. પાયાવિહીન છે.

મને બીએપીએસ સ્વામિનારાયણ સંપ્રદાયના સંતો જે પ્રકારની વિચારસરણી મુજબ સ્વામિનારાયણ સંપ્રદાયના સત્સંગીઓને ઉપદેશ આપે છે તેમજ સ્વામિનારાયણ સંપ્રદાયની બહારનાં લોકોની

સામે જે પ્રવચનો કરે છે તેમાં ઉઘાડો ફરક જણાય છે. બીએપીએસ સ્વામિનારાયણ સંપ્રદાયના સંતો સંપ્રદાયનાં સત્સંગીઓને સંપ્રદાયની અઠવાડિક સભાઓમાં, સ્વામિનારાયણ સંપ્રદાયનાં કાર્યકરોની શિબિરોમાં સંપ્રદાયનાં સત્સંગીઓને અલગ જ ઉપદેશ આપે છે અને સંપ્રદાયની બહાર જાહેર કાર્યક્રમોમાં અલગ ઉપદેશ આપે છે જે મને ગમતું નથી. આથી મને બીએપીએસ સ્વામિનારાયણ સંપ્રદાયમાં જોડાવું નથી.

બીએપીએસ સ્વામિનારાયણ સંપ્રદાયના સંતો સંપ્રદાયની અઠવાડિક સભાઓમાં તેમજ સંપ્રદાયના કાર્યકરોની શિબિરમાં નીચે મુજબ ઉપદેશ આપે છે. તેમાંથી કેટલાક અંશો હું અહીંયા રજુ કરું છું.

બીએપીએસ સ્વામિનારાયણ સંપ્રદાયના સંતો સંપ્રદાયનાં સત્સંગીઓને આ નિયમો મુજબ વર્તવાનું કહે છે તેમજ સંપ્રદાયની અઠવાડિક સભાઓ તેમજ વિવિધ પારાયણ તેમજ શીબિરોમાં નીચે મુજબ ઉપદેશ આપે છે.

(૧) અક્ષરધામ એટલે આ વિશ્વ(બ્રહ્માંડ) માં કોઇ પણ ભગવાન, દેવનાં ધામ જેવા કે સ્વર્ગ, વૈકુંઠ, ગોલોક, કૈલાસ ધામ જેવા કોઇ પણ ધામ કરતાં ઉંચું સર્વોપરી ધામ છે અને સ્વામિનારાયણ ભગવાન અન્ય કોઇ પણ ભગવાન, દેવી, દેવતા કરતાં સર્વોપરી છે. એવું બીએપીએસ સ્વામિનારાયણ સંપ્રદાયના સંતો સંપ્રદાયના સત્સંગીઓને કહે છે.

(૨) બીએપીએસ સ્વામિનારાયણ સંપ્રદાયના સંતો સંપ્રદાયના ભક્તો આગળ મહંતસ્વામીમાં સાક્ષાત સર્વોપરી ભગવાન સ્વામિનારાયણ રહેલા છે. મહંતસ્વામી મહારાજ મોક્ષનું દ્વાર એવા

સત્પુરુષ છે. મહંતસ્વામી અને સંતોની આજ્ઞામાં રહેવાથી સર્વ દેવોનાં ધામ કરતાં ઉંચું સર્વોપરી ધામ અક્ષરધામ મળશે એવું સંપ્રદાયનાં સત્સંગીઓને કહે છે.

(૩) આ અક્ષરધામ મેળવવા માટે આત્મારુપ થઇને મહંતસ્વામી મહારાજ અને સંતોની આજ્ઞામાં રહેવું તેવું બીએપીએસ સ્વામિનારાયણ સંપ્રદાયના સંતો સંપ્રદાયના સત્સંગીઓને કહે છે.

(૪) મહંતસ્વામી મહારાજ અને તેમના સંતોનું કોઇ વ્યક્તિ ઘસાતું બોલે તો તેની વાણી સાંભળવી નહિ અને તેની નજીક પણ બેસવું નહિ તેવું બીએપીએસ સ્વામિનારાયણ સંપ્રદાયના સંતો કહે છે. મોટા પુરુષ એટલે કે મહંતસ્વામી અને તેમના સંતોનું કોઇ વ્યક્તિ ઘસાતું બોલે તો તે વ્યક્તિ પાસે સો અશ્વમેધ યજ્ઞનું પુણ્ય હોય તો પણ એ પુણ્યનો નાશ થઇ જાય અને એ જીવ અધોગતિને પામે છે એવું મહાપાપ મહંતસ્વામી મહારાજ અને તેમના સંતોનું ઘસાતું બોલવાથી લાગે છે. એવું બીએપીએસ સ્વામિનારાયણ સંપ્રદાયના સંતો સંપ્રદાયના સત્સંગીઓને કહે છે.

(૫) સ્વામિનારાયણ સંપ્રદાયના સંતો એમ કહે છે કે મહંતસ્વામી જેવા સત્પુરુષનાં દર્શન કરવા જઈએ તો એક ડગલું ચાલીએ તો સો અશ્વમેધ યજ્ઞનું પુણ્ય મળે.

(૬) સંપ્રદાયનાં સત્સંગીઓને સંતો દ્વારા એમ કહેવામાં આવે છે કે ગુરુ અને સંતમાં મનુષ્યભાવ જોવો નહિ. દિવ્યભાવ રાખવો તો જ ભગવાન ભજવાનું સુખ આવે.

મહંતસ્વામી મહારાજ કહે છે કે દરેક કાર્ય ભગવાન દ્વારા થાય છે. ભગવાન કરે છે. દરેક કાર્ય એટલે કે સંપ્રદાયનાં સત્સંગીઓની

સંખ્યા વધારવી, સંપ્રદાયનાં સંતોની સંખ્યા વધારવી જેવાં અનેક કામો ભગવાન દ્વારા થાય છે. એવું મહંતસ્વામી મહારાજ કહે છે તો તેમના હાથ નીચેનાં સંતો સંપ્રદાયનાં સત્સંગીઓને એવું શા માટે કહે છે કે મહંતસ્વામી મહારાજમાં અખંડ ભગવાન રહેલા છે. આત્મારુપ થઇને મહંતસ્વામી મહારાજની આજ્ઞામાં રહો તો જ અક્ષરધામ મળશે એવું સંતો શા માટે સંપ્રદાયનાં સત્સંગીઓને શા માટે કહે છે ?

સ્વામિનારાયણ બીએપીએસ સંપ્રદાયના સંતો સંપ્રદાયના સત્સંગીઓને દર અઠવાડિક સભાઓમાં તેમજ સંપ્રદાયના કાર્યકરોને કાર્યકરોની શિબિરમાં એમ કહે છે કે મનુષ્યજન્મ દેવોને પણ દુર્લભ છે. અક્ષરધામ વૈંકુંઠ, ગોલોક જેવા અન્ય દેવો ના ધામ કરતાં પણ ઊંચું, આ બ્રહ્માંડનું સર્વોપરી એવું ધામ આ અક્ષરધામ છે. જો આ અક્ષરધામની પ્રાપ્તિ કરવી હોય તો સર્વોપરી સ્વામિનારાયણ ભગવાન શ્રીસહજાનંદ સ્વામી મહારાજ (હરિકૃષ્ણ મહારાજ) જેઓમાં અખંડ વિરાજમાન છે એવા મોક્ષનું દ્વાર એવા સત્પુરુષ મહંતસ્વામી મહારાજની આજ્ઞામાં રહેવાથી જ અક્ષરધામની પ્રાપ્તિ થશે એવું સ્વામિનારાયણ બીએપીએસ સંપ્રદાયના સંતો સંપ્રદાયના સત્સંગીઓને અઠવાડિક સભાઓમાં તેમજ સંપ્રદાયના કાર્યકરોને તાલીમ શિબિરમાં કહેતા હોય છે અને એમ પણ કહે છે કે આ મનુષ્ય જન્મ દેવોને પણ દુર્લભ છે ૮૪ લાખ જન્મ મરણના ચક્કર પછી મનુષ્ય જન્મ મળે છે. તો આ જન્મમાં અક્ષરધામની પ્રાપ્તિ કરવી હોય તો મહંત સ્વામી મહારાજ અને સંપ્રદાયના સંતોની આજ્ઞામાં રહેવું, જો અક્ષરધામ મેળવવામાં ચુકી ગયા તો આ મનુષ્ય જન્મ નિરર્થક છે એવું સંતો દ્વારા કહેવામાં આવે છે. તો મારું કહેવું એમ છે કે સ્વામિનારાયણ બીએપીએસ સંપ્રદાયના સંતોને મનુષ્યજન્મની બહુ ચિંતા ખરેખર

થતી હોય અને મનુષ્ય જન્મ નિરર્થક (નકામો) ન જાય તેની ખરેખર ચિંતા થતી હોય તો બીએપીએસ સંપ્રદાયના સંતોએ જાહેર કાર્યક્રમો, સમૈયામાં જાહેર કરી દેવું જોઈએ કે માત્ર અને માત્ર મહંતસ્વામી મહારાજની આજ્ઞામાં રહેવાથી સર્વ દેવોના, સર્વ ભગવાનના ધામ કરતાં ઉંચા એવા અક્ષરધામની પ્રાપ્તિ થશે. જો બીએપીએસ સંપ્રદાયના સંતો જાહેર સમૈયાઓ, મેળાવડાઓમાં આમ જાહેર કરે તો બીએપીએસ સ્વામિનારાયણ સંપ્રદાય સિવાયના અન્ય સ્વામિનારાયણ સંપ્રદાયના લોકો ને પણ એ વાત સમજાય કે આપણે પણ સર્વોપરી સ્વામિનારાયણ ભગવાનના ધામ અક્ષરધામની પ્રાપ્તિ કરવી હોય તો મહંતસ્વામી મહારાજની આજ્ઞામાં રહેવું જોઈએ, તો અને તો જ અક્ષરધામની પ્રાપ્તિ થાય એવી જાણ દરેક મનુષ્યને થાય એ માટે પણ સ્વામિનારાયણ બીએપીએસ સંપ્રદાયના સંતોએ જાહેર કાર્યક્રમો, સમૈયાઓમાં અક્ષરધામ આપવાનો અધિકાર માત્ર અને માત્ર મહંતસ્વામી મહારાજ પાસે છે એવું જાહેર કરવું જ જોઈએ.

માત્ર સંપ્રદાયના સત્સંગીઓને જ સંતો દ્વારા એમ કહેવામાં આવે છે કે અક્ષરધામ મેળવવા આત્મારૂપ થઈને મહંતસ્વામી મહારાજની આજ્ઞામાં રહેવું. આ મનુષ્ય જન્મમાં અક્ષરધામ મેળવવાનું રહી ગયું તો આ જન્મ નિરર્થક છે એવું માત્ર સંપ્રદાયની સભાઓમાં, સંપ્રદાયના કાર્યકરોની શિબિરોમાં કહેવામાં આવે એ મને યોગ્ય નથી લાગતું અને એટલા માટે જ મને બીએપીએસ સ્વામિનારાયણ સંપ્રદાયમાં કોઈ રસ નથી.

બીએપીએસ સ્વામિનારાયણ સંપ્રદાયના સંતો સંપ્રદાયની અઠવાડિક સભાઓમાં, બીએપીએસના કાર્યકરોની શિબિરોમાં એવો

પ્રચાર કરે છે કે આપણું એક જ ધ્યેય હોવું જોઈએ અક્ષરધામની પ્રાપ્તિ કરવી અને આ અક્ષરધામ મેળવવા માટે આત્મારૂપ થઈને પરમાત્માની ભક્તિ કરવી અને મહંત સ્વામી મહારાજ મોક્ષનું દ્વાર એવા સત્પુરુષ છે. તેઓમાં અખંડ ભગવાન (સ્વામિનારાયણ ભગવાન્) બિરાજે છે. સ્વામિનારાયણ ભગવાન તેમના થકી આ પૃથ્વી પર હાલમાં હયાત છે. માત્ર અને માત્ર મહંત સ્વામી મહારાજની આજ્ઞામાં રહેવાથી જ અક્ષરધામની પ્રાપ્તિ થશે એવું સંતો દ્વારા માત્ર સંપ્રદાયના સત્સંગીઓને કહેવામાં આવે છે

જાહેર સભાઓમાં મહંતસ્વામી મહારાજ અને બીએપીએસ સંપ્રદાયના સંતો કહે છે કે અમે માનવજાતનો સામાજિક અને આધ્યાત્મિક ઉત્કર્ષ કરવાનું કામ કરીએ છીએ. બીએપીએસ સંપ્રદાયના સંતો જાહેરમાં અક્ષરધામ વાળી વાત કહેતા નથી

અને સ્વામિનારાયણ સંપ્રદાયનાં સંતો સંપ્રદાયના સત્સંગીઓને એમ કહે છે કે ભગવાન અને સંત માં મનુષ્યભાવ જોવો નહીં, તો જ ભગવાન ભજવાનું સુખ આવે. જો કોઈ વ્યક્તિ મહંતસ્વામી મહારાજ અને સંતોનું ઘસાતું બોલે તો તેની વાણી પણ સાંભળવી નહીં, ભગવાન અને ભગવાનના સંત એટલે કે મહંત સ્વામી મહારાજ અને બીએપીએસ સંપ્રદાયના સંતોમાં મનુષ્યભાવ આવે તો હજારો અશ્વમેઘ યજ્ઞનું પુણ્ય હોય તો એનો પણ નાશ થઈ જાય છે અને એ જીવ ધીમે ધીમે સત્સંગમાંથી પડતો જાય છે એવું બીએપીએસ્ સંપ્રદાયના સંતો સંપ્રદાયના સત્સંગીઓને કહે છે. અને એમ પણ કહે છે કે સંતો અને મહંત સ્વામી મહારાજનું ઘસાતું બોલતો હોય એવા વ્યક્તિની વાતો સાંભળીએ તો પણ મહાપાપ લાગે છે એટલે મહંતસ્વામી મહારાજ અને

સંપ્રદાયના સંતોનું ઘસાતું બોલતો હોય એવા વ્યક્તિથી દૂર જ રહેવું એવું સંતો દ્વારા સત્સંગીઓને કહેવામાં આવે છે

સ્વામિનારાયણ બીએપીએસ સંપ્રદાયના સત્સંગી ઉપર કોઈ દુઃખ આવી પડે તો સંતો દ્વારા એમ કહેવામાં આવે છે કે શુળીનું દુઃખ કાંટે કાઢ્યું અને જો કોઈ વ્યક્તિ સ્વામિનારાયણ બીએપીએસ સંપ્રદાયમાં સત્સંગી બન્યો હોય, તિલક – ચાંદલો, કંઠી ધારણ કર્યા હોય અને સંજોગોવસાત પછી એ વ્યક્તિ સ્વામિનારાયણ સંપ્રદાયની કંઠી ના પહેરે અને સંપ્રદાય છોડીને બહાર નીકળી જાય એવી વ્યક્તિ પર કોઈ દુઃખ આવી પડે તો સ્વામિનારાયણ બીએપીએસ સંપ્રદાયના સંતો એમ કહે છે કે આપણા સંપ્રદાયની બહાર ગયો એટલે એના દિવસો ભરાઈ ગયા, એ વ્યક્તિ સત્સંગમાંથી પડી ગયો એટલે દુઃખ તો આવે જ ને. એવું સંતો સત્સંગીઓને કહેતા હોય છે. તો મારું કહેવું એમ છે કે સ્વામિનારાયણ બીએપીએસ સંપ્રદાયના સંતો જ એમ કહે છે કે મહંતસ્વામી મહારાજ જેવા સત્પુરુષના દર્શન કરવા જઈએ તો એક ડગલું ચાલીએ તો સો અશ્વમેઘ યજ્ઞનું પુણ્ય મળે, તો સંજોગોવસાત સંપ્રદાય છોડીને જનાર્ વ્યક્તિના એ બધા પુણ્યનો સંપ્રદાય છોડવા માત્રથી ખરેખર નાશ થઈ જતો હશે કે કેમ ?

મારી વાત કરું તો મારા માતા-પિતા, નાના – નાની, મારી માતાના મોટા ભાગના કુટુંબીજનો વગેરે હું નાનો હતો એટલે કે મારા બાલ્યકાળથી જ સ્વામિનારાયણ બીએપીએસ સંપ્રદાયમાં માને છે. હું પણ ૨૦૦૩ ના વર્ષ સુધી સ્વામિનારાયણ સંપ્રદાયમાં માનતો હતો પરંતુ મેં જોયું કે સ્વામીનારાયણ સંપ્રદાયના સંતો સંપ્રદાયના સત્સંગીઓ આગળ અલગ ઉપદેશ આપે છે અને સંપ્રદાયની બહારના

વ્યક્તિઓ આગળ અલગ જ ઉપદેશ આપે છે. આથી મને સ્વામિનારાયણ સંપ્રદાયમાં કોઈ આસ્થા ના રહી, એટલે ૨003 ના વર્ષ પછી સ્વામિનારાયણ સંપ્રદાયની કંઠી પહેરવાનું છોડી દીધું. બસ તેના જ કારણે સંપ્રદાયના સંતો અને સત્સંગીઓ મારા વિશે એમ કહે છે કે હું સંપ્રદાયની કંઠી નથી પહેરતો, તિલક – ચાંદલો નથી કરતો એટલે હું સંસ્કારી નથી તે વાત મારા મત મુજબ સદંતર ખોટી છે

રામાયણ, મહાભારત, કૃષ્ણ અવતાર જેવા ધાર્મિક ગ્રંથો હું ધોરણ સાતમા આવ્યો ત્યાં સુધીમાં વાંચી નાખ્યા હતા. ધાર્મિક પુસ્તકોનું વાંચન મને પહેલેથી જ ગમે છે. સ્વામિનારાયણ સંપ્રદાયના પુસ્તકો પણ અમારા ઘરમાં બહુ છે તેમાંથી મોટા ભાગના પુસ્તકોનું વાંચન મેં કરેલું જ છે ભગવાન પર મને દ્રઢ વિશ્વાસ અને શ્રધ્ધા છે જ. મેં મારી જિંદગીના ઘણા વળાંકો પર ભગવાનની હાજરી અનુભવી છે

અમારા ઘરમાં મારા માતા-પિતા, મારી બહેનો, મારી માતાના નજીકના કુટુંબીજનો, મારા માતા- પિતાના મિત્રગણ પણ મોટાભાગે બીએપીએસ સ્વામિનારાયણ સંપ્રદાયમાં માને છે. હું ૨003 ના વર્ષ પછી સ્વામિનારાયણ સંપ્રદાયની કંઠી ધારણ કરવાનું, તિલક - ચાંદલો કરવાનું છોડી દીધું છે. કેમ કે મને વિશ્વાસ છે કે અક્ષરધામ એટલે કે અન્ય દેવી / દેવતાના ધામ કરતાં ઉંચુ સર્વોપરી ધામ અક્ષરધામ આપવાના અધિકારી મહંત સ્વામી મહારાજ હોય તો બીએપીએસ સ્વામિનારાયણ સંપ્રદાયના સંતોએ સંપ્રદાયના સત્સંગીઓ આગળ અને સંપ્રદાયની બહાર અલગ-અલગ ઉપદેશ આપવાની જરુર પડે જ નહિ.

જેઓ સાચા હોય છે તેઓનું સત્ય એક તરફી જ હોઇ શકે, સત્ય બે તરફી ના હોઈ શકે.

મારી વાત કરું તો હું હંમેશા દિલથી જ જિંદગી જીવ્યો છું. જે સાચું છે અને મારા માટે સારું છે એ કરવાનું મને ગમે છે. મને ભગવાનમાં શ્રદ્ધા છે જ. ભગવાને હંમેશા મને મારી જિંદગીના ખરાબ સમયમાં મદદ કરી છે. હું જ્યારે ખરેખર મારી જિંદગીના ખરાબ સમયમાંથી પસાર થયો છું ત્યારે ક્યારેક મારો ભગવાન પરનો વિશ્વાસ હલી ગયો હશે તેમ છતાં ભગવાન હંમેશા મારી સાથે રહ્યા છે. તો હું એ ભગવાનને વફાદાર રહેવામાં માનું છું. હું ક્યારેય બી.એ.પી.એસ સ્વામિનારાયણ સંપ્રદાયમાં જોડાવા માંગતો નથી. મારો આત્મા, મારી જિંદગી બીએપીએસ સ્વામિનારાયણ સંપ્રદાયમાં જોડાવાની પરવાનગી મને આપતા નથી.

મારી જિંદગીના કેટલાક યાદગાર પ્રસંગો છે જેને હું ક્યારેય ભૂલી શકતો નથી અને ભૂલી શકીશ પણ નહીં. એ પ્રસંગો જયાં ભગવાન છે એવું પ્રતીત થાય છે. હું સાચો છું તો ભગવાન મારી સાથે રહેશે જ.

હું જ્યારે આઠમા ધોરણમાં ભણતો હતો ત્યારે મારી માતાનાં વતનમાં ઉંચાઇ પરના પથ્થરોમાંથી વહેતા પાણીમાં પગ ધોતી વખતે હું પથ્થરો પર લપસી ગયો હતો. નીચા ઢોળાવવાળી જગ્યા પર તીક્ષણ પથ્થરોમાં હું પડવાનો જ હતો કે કોઇ અદ્રશ્ય શક્તિએ મને ઢોળાવવાળી જગ્યા પર સ્થિર કરી દીધો હોય એવો અનુભવ મને તે વખતે થયો હતો. (જો એક ફૂટ જેટલું પણ આગળ લપસી ગયો હોત તો તીક્ષણ પથ્થરો પર જ હું પડવાનો હતો). તે વખતે આ ઘટના

સમયે પછી ઢોળાવવાળા પથ્થરોમાંથી સહેજ બાજુ પર ટેકરા જેવી જગ્યા પરથી મારી માસીએ મારો હાથ પકડીને મને બહાર કાઢ્યો હતો.

હું જ્યારે ૧૨ વિજ્ઞાન પ્રવાહમાં અભ્યાસ કરતો હતો તે વખતે મને બંને આંખે દેખાવાનું ઓછું થઇ ગયું હતું. એ વખતે ચશ્માં કઢાવવા રાજપીપળા (હું જ્યાં રહેતો તે શહેરનું નામ) ની બધી હોસ્પિટલમાં હું ગયો હતો. ચશ્માના નંબર હતા નહીં અને ડોકટરો કોઇ નિદાન કરી શક્યા નહીં એટલે પછી એ સમયે મારા પિતાશ્રી મને વસંતદેવી આરોગ્યધામ હોસ્પિટલ, વડોદરા ખાતે લઈ ગયા હતા. તો તે સમયે ડોકટરે તપાસીને કહ્યું કે આવતા અઠવાડિયે અમદાવાદથી ડોકટર સાહેબ આવશે ત્યારે આવજો. પછી અમે બીજા અઠવાડિયે હોસ્પિટલ ગયા તો અમદાવાદથી આવેલા ડોક્ટરે તપાસીને એમ કહ્યું કે તમારા છોકરાને કોઈ તકલીફ નથી. એને ભણવું નથી એટલે એ નાટક કરે છે. એ પછી મારા પિતાશ્રી મને આંખની સારવાર માટે નવસારી લઈ જવાના હતા. પણ સંજોગોવસાત એ મને લઇ જઇ શકયા નહીં. એ પછી ૨૦ - ૨૫ દિવસ પછી મને આંખે દેખાતું થઈ ગયું. જ્યાં ડોક્ટરોએ અને મારા ફેમિલીએ આશા છોડી દીધી હતી તે વખતે મને કોઇ અદ્રશ્ય શક્તિએ જ એટલે કે ભગવાને જ મને આવા ખરાબ સમયમાંથી બહાર કાઢ્યો છે અને એ માટે હું ભગવાનનો આભાર માનું છું.

૨૦૦૫ના વર્ષથી મને ચામડીનો રોગ (ખરજવું અથવા સોરાયસીસ) થયો અને ૨૦૦૬ના વર્ષમાં મેં સુરત ખાતેની પીટીસી કોલેજમાં એડમીશન લીધું અને એ વખતે પીટીસી હોસ્ટેલમાં રહેવાનું

થાય તો એ વખતે બધાને ખબર પડી જાય એટલે મેં એ વખતે મારા પિતાશ્રીને પીટીસીમાં એડમિશન કરી આવ્યા પછી પણ પીટીસીમાં અભ્યાસ કરવા જવાની ના પાડી હતી. પણ મારા પિતાશ્રી ના માન્યા એટલે મારે ના છૂટકે પીટીસી કરવા જવું પડ્યું. પીટીસીમાં અભ્યાસ કરતી વખતે હું સીધો છોકરો હતો જેના કારણે હું પીટીસીના પહેલા વર્ષમાં હતો એ વખતે હોસ્ટેલમાં રાત્રિના સમયે બધા ઉંઘી ગયા હતા એ વખતે પીટીસીના બીજા વર્ષના એક વિધ્યાર્થીએ મારી પાસે સજાતીય સંબંધની માંગણી કરી હતી. તે વખતે મને એનું મર્ડર કરી દઉં એટલો ગુસ્સો આવી ગયો હતો. જેના કારણે મારા ચહેરાના હાવ - ભાવ જોઇને એ વ્યક્તિએ એ સમયે એવી માંગણી કર્યા સિવાય ઉંઘી જવાનું મુનાસિબ માન્યું એ વખતે એ મારી જિંદગીમાં ભગવાન પરનો મારો વિશ્વાસ હલી ગયો. મને એમ થયું કે હું સીધો છોકરો હોવાના કારણે કોઇએ મારી પાસે આવી માંગણી કરી.

એ ઘટના પછી મેં મારી જાતને બદલી નાખી. મેં મારી જિંદગીમાં ક્યારેય નોનવેજ ખાધું ન હતું. પરંતુ મારા સીધા - સાદા સ્વભાવને કારણે એ વ્યક્તિએ મારી પાસે સજાતીય સંબંધની માંગણી કરી હતી. એવું મેં અનુભવ્યું. એ ઘટના પછી મેં નોનવેજ ખાવાનું ચાલુ કર્યું. એનો મને અફસોસ છે.

અને હું પીટીસીના બીજા વર્ષમાં આવ્યો એ વખતે રાત્રે તારીખ ૨૪/૦૭/૨૦૦૭ ના રોજ સુરત ખાતેના તાપી - અમરોલી પુલ પરથી રાત્રે 8 વાગ્યાના ગાળામાં તાપી નદીમાં વચોવચ નદીના પાણીમાં પડતું મુક્યું હતું. ત્યારની આ વાત છે. મને તરતા આવડતુ નથી

પહેલા તો હું એ કહી દઉં કે મારે તાપી નદીમાં પડતું કેમ મુકવું પડ્યું ?

તો એ વખતે આ ઘટનાના બે દિવસ પહેલા ૨૨/૦૭/૨૦૦૭ ના રોજ અમારી પીટીસી કોલેજના આચાર્યશ્રીએ પ્રાર્થનાખંડમાં બધા વિદ્યાર્થીઓ અને કોલેજના સ્ટાફની હાજરીમાં મને પ્રાર્થનાખંડમાં થપ્પડ મારી દીધી હતી. જે મારા આત્મસમ્માન માટે કલંકરૂપ હતી. અમે આગળના દિવસે સ્કૂલમાં તાલીમમાં શૈક્ષણિક પાઠ ભણાવવા ગયા ત્યારે બ્લેકબોર્ડ પર મેં શૈક્ષણિક્ લખાણ કર્યું હતું ત્યારે નિરીક્ષણ માટે અમારી પીટીસી કોલેજના મેડમ આવ્યા અને મને કહું કે હિતેશ કા.પા. ભુંસીને સારા અક્ષરે લખ. તો એ મેડમને મેં કહ્યું કે મેડમ અક્ષર સારા તો છે. તો મેડમે કહ્યું કે સામે દલીલ કરે છે. તો મેં એ મેડમને કહ્યું કે મેડમ દલીલ નથી કરતો, તમે કહો કે ભુલ શું છે ? તો હું એ સુધારી લઉં.

આ જ બાબતને દલીલમાં ગણીને પીટીસી કોલેજના આચાર્યશ્રીએ મને કોલેજના પ્રાર્થના ખંડમાં થપ્પડ મારી હતી. જે હું ગેરશિસ્તમાં છે તેવું સાબિત કરી શકે.

વર્ષ ૨૦૦૫ માં મને ચામડીનો રોગ (ખરજવું / સોરાયસીસ) થયો. મને ખરજવું / સોરાયસીસ ની તકલીફ હતી જેના કારણે પીટીસીમાં સ્નાન કરતી વખતે કોઇને ખબર ન પડી જાય એ માટે હું મોટાભાગે સહુથી છેલ્લે બહુ ઓછા મિત્રો સાથે સ્નાન કરવાનું પસંદ કરતો અને અમારી પીટીસી કોલેજમાં મેં જોયું છે કે છોકરાઓને મોટાભાગે ફ્રી સમયમાં એક - બીજાને કે પછી ટોળકી બનાવીને કોઈને પણ નિર્વસ્ત્ર કરવામાં હંમેશા રસ રહ્યો છે. મને ચામડીનો રોગ છે એ

બધાને ખબર ન પડી જાય એ કારણથી હું બધા સાથે ટોળામાં બહુ ઓછો ભળતો. અમારી પીટીસી કોલેજમાં હું એક માત્ર એ છોકરો રહ્યો કે જેને પીટીસી કોલેજના બે વર્ષમાં કોઇ નિર્વસ્ત્ર કરી ન શક્યું, કેમ કે મને કોઇ નિર્વસ્ત્ર કરવા આવે તો હું તરત જ ગુસ્સામાં આવી જતો. મને એ પસંદ ન હતું કે મને ચામડીનો રોગ છે એ કોઈને પણ ખબર પડે અને એ કારણે મારે બદનામી સહન કરવી પડે. તો પીટીસી કોલેજના બે વર્ષમાં હું બધા સાથે ટોળામાં બહુ ઓછો ભળ્યો જેથી કોઇ મજાક – મસ્તીમાં મને નિર્વસ્ત્ર કરવાની હિંમત ના કરે. અને જો કોઇ મને નિર્વસ્ત્ર કરવા આવે તો હું કોઇ પણ હદ સુધી જવાની તૈયારી રાખતો, જેથી પીટીસી કોલેજના બે વર્ષમાં મને કોઇ નિર્વસ્ત્ર કરી શક્યું નહીં.

પીટીસી કોલેજના પ્રાર્થનાખંડમાં આચાર્યશ્રીએ મને લાફો થપ્પડ મારી એ વખતે મને બહુ ગુસ્સો આવી ગયો હતો. કેમ કે મેડમ સાથેની મારી વર્તણુક ખરાબ ન જ હતી. છતાં આચાર્યશ્રીએ મને થપ્પડ મારી દીધી. તો મને મનમાં વિચાર આવ્યો કે, હવે મારી છાપ પીટીસી કોલેજ અને હોસ્ટેલમાં “ડરપોક” વ્યક્તિ તરીકેની થઈ જશે અને જો મને બધા ડરપોક માની લે તો મને નિર્વસ્ત્ર કરવાની હિંમત કોઇ પણ કરી શકે અને મને નિર્વસ્ત્ર કરવામાં આવે તો મને ચામડીનો રોગ જે ખરજવું કે સોરાયસીસ હોઇ શકે, એ પણ બધાને ખબર પડી જાય અને મારે બદનામી સહન કરવી પડે જે હું ઈચ્છતો ન હતો. અને હું ૧૨ મા ધોરણમાં અભ્યાસ કરતો ત્યારથી તિલક – ચાંદલો, પુજા નથી કરતો એટલે બીએપીએસ સ્વામિનારાયણ સંપ્રદાયના સંતો ને એમ કહેવાનો મોકો મળી જાય કે “હિતેશ” સ્વામિનારાયણ સંપ્રદાયમાં નથી માનતો, હિતેશનાં માતા-પિતા, નાના – નાની તેમજ હિતેશના

નજીકના સગા-સંબંધીઓ પણ બીએપીએસ સ્વામિનારાયણ સંપ્રદાયમાં માને છે પરંતુ હિતેશને કુસંગનો રંગ લાગ્યો છે એટલે હિતેશ આપણા સંપ્રદાયમાં નથી માનતો અને આપણા સંપ્રદાયનું ઘસાતું બોલવાના કારણે જ હિતેશને આવો રોગ થયો છે. એવું સ્વામિનારાયણ સંપ્રદાયના સંતો તેમજ સંપ્રદાયના સત્સંગીઓ તેમજ મારા માતા – પિતા કે જેઓ પણ બીએપીએસ સ્વામિનારાયણ સંપ્રદાયના સત્સંગીઓ છે તેઓ પણ મારા વિશે બોલે છે એમ જ બોલતા કેમ કે સંપ્રદાયના સંતો સત્સંગીઓને એમ જ કહે છે કે મહંતસ્વામી મહારાજ અને સંતોમાં મનુષ્યભાવ જોવો નહિ તો ભગવાન ભજવાનું સુખ ન આવે. મહંતસ્વામી મહારાજ અને સંતોનું ઘસાતું બોલતા વ્યક્તિનાં સંચિત પુણ્યનો પણ નાશ થઇ જાય છે અને એ જીવ અધોગતિને પામે છે. હું બીએપીએસ સંપ્રદાયના સંતો સંપ્રદાયના લોકો સમક્ષ અલગ ઉપદેશ આપે અને સંપ્રદાયની બહારના લોકો સમક્ષ અલગ ઉપદેશ આપે છે એ બાબતમાં દલીલ કરું છું તો મને એમ કહેવામાં આવે છે કે મહંતસ્વામી મહારાજ અને સંતોમાં મનુષ્યભાવ જોવો નહિ, નહિ તો સત્સંગમાંથી પડી જવાય, મહાપાપ લાગે અને જીંદગીમાં પડતી ચાલુ થાય, એ બધા કારણોસર હું ક્યારેય એમ ઈચ્છતો ન હતો કે મને ચામડીનો રોગ છે એ કોઈને પણ ખબર પડે.

પીટીસી કોલેજના આચાર્યશ્રીએ મને થપ્પડ મારી અને હું ચૂપચાપ કોઈ વાંધા - વિરોધ વગર સહન કરી લઉં તો પીટીસી કોલેજમાં મારી છાપ ડરપોક વ્યક્તિ તરીકેની થઈ જાય અને અત્યાર સુધી કોઈએ મને હોસ્ટેલમાં નિર્વસ્ત્ર કરવાની હિંમત ન કરી, પણ મને થપ્પડ પડ્યાની ઘટના પછી મને નિર્વસ્ત્ર કરવાની હિંમત કોઈ પણ કરી શકે તેમ મને લાગ્યું કેમ કે મેં જાત અનુભવથી જાણ્યું છે કે

પીટીસી કોલેજના પહેલા વર્ષમાં હું સીધો - સાદો છોકરો હતો એ કારણે જ પીટીસીના બીજા વર્ષના વિદ્યાર્થીએ મારી પાસે સજાતીય સંબંધની માંગણી કરી હતી. આથી મને થપ્પડ પડવાની ઘટના પછી ચૂપ રહેવાનું મુનાસિબ ન લાગ્યું, હું મારી છાપ ડરપોક તરીકેની ઉભી થાય તેમ ઈચ્છતો ન હતો. કેમ કે ડરપોક વ્યક્તિને નિર્વસ્ત્ર કરવાની હિંમત કોઈ પણ કરી શકે, અને મને નિર્વસ્ત્ર કરવાની કોઈ હિંમત કરે તો મને ખરજવું કે સોરાયસીસ છે એ બધાને ખબર પડી જાય અને એ કારણે મારે બદનામી સહન કરવી પડે. અને મને આચાર્યશ્રીએ થપ્પડ મારી એ વાતની જાણ મેં મારી માતાને કરી તો મારી માતાએ મને શિખામણ આપી દીધી કે કોલેજના સાહેબો સામે બહુ પડવું નહીં, નહી તો પરીક્ષામાં માર્ક્સ ઓછા આપે.

મારી માતાએ કોલેજના આચાર્યશ્રીને કંઈ કહેવાને બદલે મને જ શિખામણ આપી દીધી. એ બધું મને મારી જાતને આત્મહત્યા કરવાના વિચારો કરવા માટે મજબૂર કરી દીધો અને પછી એ જ દિવસે તારીખ ૨૪/૦૭/૨૦૦૭ ના રોજ રાત્રીના આઠ વાગ્યાની આસપાસના સમય ગાળામાં તાપી નદીના સુરત ખાતેના અમરોલી પુલ પર વચ્ચોવચ મેં પડતું મુક્યું. પાણીમાં પુલ પરથી પડવા છતાં પાણીમાં હું ડુબ્યો નહીં. કદાચ એ જગ્યામાં પાણી ઓછું હતું. આથી હું પાણીમાં ચાલવા લાગ્યો જેથી બીજે વધુ પાણી ઉંડૂ હોય તો હું ડુબી જઉં. પણ વધુ ઉંડી જગ્યા મને મળી નહીં. અને હવે હું ડુબી શકુ નહીં એમ મને લાગ્યું આથી નદીના પાણીમાંથી બહાર નીકળવાની મદદ માટે પુલ પર ચાલતા જતાં લોકોને મેં બૂમો પાડી, પુલ પર જતા લોકોએ મને જોયો, મારો અવાજ સાંભળ્યો, તો પણ કોઈનએ મને બહાર કાઢવા માટે મદદ કરી નહીં. તે વખતે મને દુનિયાના લોકો

પાસે મદદની અપેક્ષા રાખવી નહિ તેમ લાગ્યું. છેવટે મેં મદદ માટે બૂમો પાડવાની બંધ કરી દીધી. ત્યાં જ ૧૦ - ૧૫ મિનિટ પછી નદીના પાણીમાં બે માણસો હોડી લઈને આવતાં જોયાં એટલે મેં તેઓને બૂમો પાડી તો એ લોકો આવ્યા અને મને હોડીમાં બેસાડી દીધો પછી કિનારા પર આવ્યા તો એ માણસોએ મને કીધું કે અમે રાત્રિના સમયે કોઈ દિવસ નદીમાં હોડી લઈ જતા નથી પરંતુ તેને બચાવવામાં ભગવાનની મરજી છે તારા માટે જ ભગવાને અમને મોકલ્યા હશે, તું નસીબનો બળીયો છે એવું મને તે માણસોએ કીધું. કિનારા પર આવ્યા પછી તેઓ મને તેમના ઘરે લઇ ગયા અને મારા કાકા ને ફોન કર્યો. મારા કકા મને લેવા આવ્યા અને હું નદીના પાણીમાં પડ્યા પછી કોઈ હોસ્પિટલમાં સારવાર લીધી નથી કે મને કંઈ પણ ઈજા પહોંચી ન હતી

જો એ વખતે હું નદીમાં ડૂબીને મૃત્યુ પામ્યો હોત તો પોસ્ટમાર્ટમ રીપોર્ટ વખતે એ પણ ખબર પડી જાત કે મને ચામડીનો રોગ છે તે વખતે સ્વામિનારાયણ બીએપીએસ સંપ્રદાયના સંતો, સત્સંગીઓ, મારા માતા-પિતા પણ સંપ્રદાયના સત્સંગી જ છે એટલે બધા એમ જ કહેતા કે હિતેશ સ્વામિનારાયણ સંપ્રદાયની કંઠી પહેરતો ન હતો, તિલક - ચાંદલો કરતો ન હતો, ભગવાનમાં માનતો ન હતો, સંપ્રદાયનું ઘસાતું બોલતો હતો એટલે જ હિતેશને કમોત મળ્યું એમ સંપ્રદાયના સંતો, સત્સંગીઓ કહેતા જ કેમ કે તેઓ મારા પર સતત ખોટા આક્ષેપ કરતા આવ્યા છે

મારા શબ્દોમાં કહું તો હું ભગવાનમાં માનું છું. સંસ્કારી રહેવું મને ગમે છે. કોઈ પણ સંપ્રદાયનું ઘસાતું બોલવામાં મને કોઈ રસ

નથી. સ્વામિનારાયણ સંપ્રદાયમાં હું જોડાતો નથી એટલા કારણોસર જ તેઓ મારા પર ખોટા આક્ષેપ કરે છે. સ્વામિનારાયણ સંપ્રદાય અક્ષરધામની બાબતમાં સંપ્રદાયના લોકોની સમક્ષ અલગ ઉપદેશ આપે છે અને સંપ્રદાયની બહારના લોકો આગળ અલગ ઉપદેશ આપે છે તેની સામે મને વાંધો - વિરોધ છે. બસ એટલા કારણસર જ મને સંપ્રદાય દ્વારા બદનામ કરવામાં આવી રહ્યો છે મારા પરના બીએપીએસ સંપ્રદાયના આક્ષેપો સત્યથી વેગળા છે.

અને મને ચામડીનો રોગ (ખરજવું / સોરાયસીસ) હતો. તેની સારવાર માટે મેં તા.૧૧-૦૨-૨૦૦૮ ના રોજ સરકારી દવાખાનામાં બતાવ્યું હતું. મારી સાબિતી માટે કે આ રોગ મને હતો. ડોક્ટરે મને કોઈ દવા લખી આપી હતી.પરંતુ ઈન્ફેકશનનાં ડરથી કોઈ પણ પ્રકારની દવા લીધી નથી કે સારવાર કરાવી નથી. ચામડીનો રોગ મને ૨૦૦૫ ના વર્ષથી હતો. જે ૨૦૧૨ માં કોઈપણ પ્રકારની સારવાર કરાવ્યા વિના ચામડીનો રોગ (ખરજવુ / સોરાયસીસ) થી હું મુક્ત થયો.

ચામડીનો રોગ તેમજ મારા પર કોઈ દુઃખ આવી પડે તો સંપ્રદાયનું ઘસાતું બોલવાથી, ભગવાનનું ઘસાતું બોલવાથી જ આમ થયું છે, કંઠી ન પહેરવાથી, પૂજા ન કરવાથી જ આવી હાલત થઈ છે એવા બીએપીએસ સ્વામિનારાયણ સંપ્રદાયના સંતોના આક્ષેપો, બીએપીએસ સંપ્રદાયના સત્સંગીઓ તેમજ મારા માતા - પિતા પણ સ્વામિનારાયણ સંપ્રદાયના જ સત્સંગી છે એટલે તેમનાં પણ મારી પરનં આવા જ આક્ષેપોના લીધે મારી જિંદગીના ખરાબ સમયમાં મારી જાતને એકલવાયી અનુભવી છે. જો કે મને આ વાતનો કોઈ અફસોસ

નથી. મારા પર પાયાવિહોણા આક્ષેપ કરનારને હું જવાબ આપીશ, ભગવાન હંમેશા મારી સાથે જ છે. મને કોઈનો ડર નથી

આસારામ બાપુનું પ્રકરણ જે વખતે વધારે ચગ્યું હતું. તે વખતે સંદેશ સમાચારનાઓએ તેમની આવૃત્તિમાં છાપ્યું હતું કે કોઇ પણ વ્યક્તિ કોઈ સંપ્રદાયનો શિકાર હોય તો અમને માહિતી મોકલો તે વખતે મેં જે કંઈ બીએપીએસ સ્વામિનારાયણ સંપ્રદાય અને મારી જીંદગીના અનુભવો વિશે લખ્યું છે હતું તે તારીખ ૧૪/૦૭/૨૦૦૮ ના રોજ સંદેશ સમાચાર, તંત્રીશ્રી અમદાવાદને પણ મોકલ્યું હતું. જો કે તેઓએ મારો સંપર્ક કર્યો નહીં મારી જિંદગીમાં ભગવાન જે ધારશે એ જ થશે એમ હું માનું છું.

બીએપીએસ સ્વામિનારાયણ સંપ્રદાય પોતે સંપ્રદાયના લોકોની સમક્ષ અલગ ઉપદેશ અને સંપ્રદાયની બહારના લોકો સમક્ષ અલગ ઉપદેશ આપે છે એ બાબત પર કોઈ દલીલ ના કરે એટલા કારણોસર જ ભગવાન અને સંત એટલે કે મહંતસ્વામી મહારાજ અને તેમના સંતોમાં મનુષ્યભાવ જોવો નહીં. મનુષ્યભાવ આવે એટલે સત્સંગમાંથી પડી જવાય, એવા ઉપદેશ બીએપીએસ સ્વામિનારાયણ સંપ્રદાય પોતાના ફાયદા માટે જ આપે છે તેમ હું માનું છું.

ભગવાન અને સંત એટલે કે મહંત સ્વામી મહારાજ અને તેમના સંતોનું કોઈ ઘસાતું બોલે તો એ જીવનાં સંચિત પુણ્યનો નાશ થઈ જાય અને એ જીવ અધોગતિને પામે છે. સંપ્રદાયનું ઘસાતું બોલનારની વાત સાંભળવાથી, તેના સંપર્કમાં રહેવાથી સત્સંગમાંથી પડી જવાય એવું સંતો દ્વારા સંપ્રદાયના સત્સંગીઓને કહેવામાં આવે છે

એ બ્રેઈનવોશનો જ એક ભાગ હશે, એમ હું માનું છું. આથી બીએપીએસ સ્વામિનારાયણ સંપ્રદાયમાં મને કોઈ રસ નથી.

સ્વામિનારાયણ બીએપીએસ સંપ્રદાયના સંતોએ મારા પર ખોટા આક્ષેપો કરી, મારી જિંદગીમાં કોઈ દુઃખ આવી પડે તો મહંતસ્વામી મહારાજ અને સંતોના ઉપદેશમાં મનુષ્યભાવ જોવાથી આ મહાપાપ લાગ્યું છે, એટલે જ આવા દુઃખ આવે, એમ કહી મને ખોટી રીતે ધર્મવિરોધી, ભગવાન વિરોધી ગણાવી મારી જિંદગીના સમયમાં મને એકલો પાડ્યો છે. કેમ કે હું મારા માતા-પિતાને તે વખતે ચામડીના રોગ વિશે કોઈ વાત કરતો તો તેઓ પણ મને સંતો જે બાબતમાં ઉપદેશ આપે છે એ બાબતમાં હું દલીલ કરું છું, સંતોમાં મનુષ્યભાવ જોઉં છું. એટલે જ મારા પર દુઃખ આવે છે એમ માને છે. એટલે હું મારા માતા - પિતાને મારી બાબતમાં વધારે કંઈ કહેતો નથી.

અંતમાં એટલું કહેવા માંગું છું કે હું ભગવાનમાં માનું છું. સંસ્કારી લોકો મને ગમે છે. હું ધર્મ વિરોધી છે કે ભગવાન વિરોધી નથી. સ્વામિનારાયણ બીએપીએસ સંપ્રદાયના સંતો સંપ્રદાયના સત્સંગીઓ સમક્ષ અને સંપ્રદાયનની બહારના જાહેર કાર્યક્રમોમાં અલગ ઉપદેશ આપે છે એ બાબતે હું દલીલ કરું છું બસ એટલા જ કારણોસર મને નાસ્તિક અને ભગવાન વિરોધી ગણાવી રહ્યા છે.

હું ભગવાનમાં માનું છું. મને ભગવાનમાં શ્રધ્ધા છે. મારી જિંદગીના ખરાબ સમયમાં હું હંમેશા એકલો રહ્યો છું. ભગવાને હંમેશા મને મદદ કરી છે એટલે સ્વામિનારાયણ બીએપીએસ સંપ્રદાયમાં

જોડાઈને મારી જીંદગીના કઠિન સમયમાં મને સહાય કરનાર ભગવાન સાથે હું કોઈ દગો કરવા માંગતો નથી

અને મારી જિંદગી ની હકીકત બહાર પાડ્યા પછી મેં નોનવેજનો ત્યાગ કરી દીધો છે હું નોનવેજ ખાઉં છું એ મારા અંગત મિત્રો સિવાય કોઇને ખબર ન હતી. તો મારા પર કોઈ પણ પ્રકારના ખોટા આક્ષેપો કરવા નહી.

શ્રીકૃષ્ણ ભગવાન મારા આદર્શ રહ્યા છે. હું માનું છું કે મનુષ્યે દૈવી ગુણો કેળવવા કે દાનવી ગુણો કેળવવા એ જે તે વ્યક્તિના સંસ્કારો પર નિર્ભર કરે છે. જેઓમાં સત્યને સાથ આપવાની હિંમત ના હોય એ પણ સમયના વહેણમાં દાનવી ગુણો જેમ કે અસત્ય અને અધર્મથી પ્રભાવિત થશે એવું હું માનું છું. ધર્મની સાથે રહેવું અને સત્યની સાથે રહેવું. જ્યાં સત્ય છે ત્યાં જ ધર્મ છે.

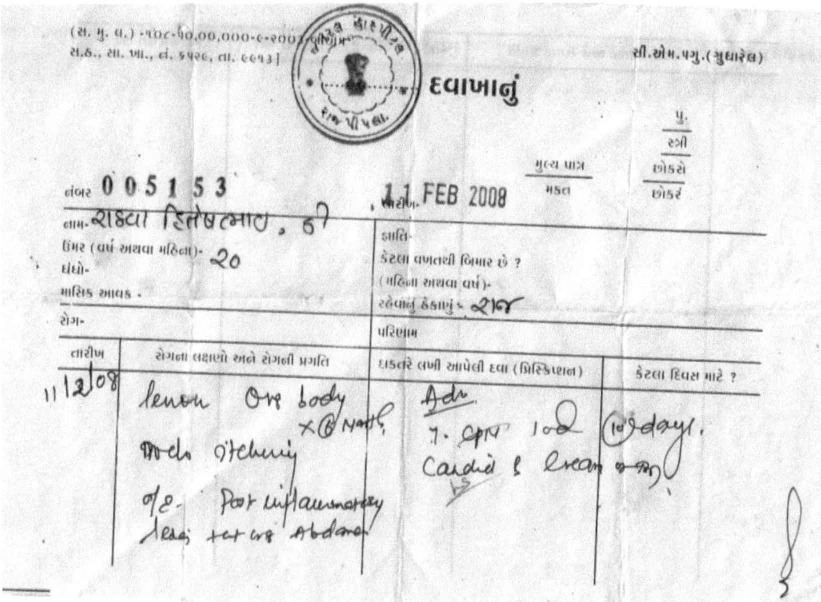

(સ. મુ. વ.) -૫૦૮-૫૦,૦૦,૦૦૦-૯-૨૦૦૭
સ.ઠ., સા. ખા., નં. ૬૫૨૯, તા. ૯૯૧૩]

સી.એમ.પગુ.(સુધારેલ)

દવાખાનું

	પુ.
	સ્ત્રી
મુલ્ય પાત્ર	છોકરો
મફત	છોકરી

નંબર 0 0 5 1 5 3 — તારીખ 11 FEB 2008

નામ- રાઠવા હિતેષભાઈ, ડી

ઉંમર (વર્ષ અથવા મહિના)- 20

ધંધો-

માસિક આવક -

જ્ઞાતિ-

કેટલા વખતથી બિમાર છે ?

(મહિના અથવા વર્ષ)-

રહેવાનું ઠેકાણું - રાજ

રોગ-

પરિણામ

તારીખ	રોગના લક્ષણો અને રોગની પ્રગતિ	દાક્તરે લખી આપેલી દવા (પ્રિસ્ક્રિપ્શન)	કેટલા દિવસ માટે ?
11/2/08	lesion Ove body ... itching ... Post inflammatory ... Abdomen	Adv ... Candid & cream ...	... days

CONSIGNMENT NOTE Subject to Baroda Jurisdiction	CH. NO. 313015 64	DATE 14, 7, 08

Mid Way 34938 EXPRESS COURIER

A-2/8, Patel Super Market, Station Road, BHARUCH - 392 001. ☎ 244138

FROM છોટાઉદેપુર — TO અમદાવાદ

SENDER રાઠવા હિતેશ કુમાર દાઉભાઈ

RECEIVER ...

Weight Kg.	Values Rs.	Nature of Goods	Freight Ch.	S.T.	Total
					10

Cash, Gold, Silver, Diamonds, Liquid & Letter are not accepted by us.

નોંધ : કવર કે પાર્સલમાં કેશ પૈસા, બેરર ચેક, મોબાઈલ કે ગુનાહિત વસ્તુ મુકવી નહીં.

P.T.O. — NOT INSURED — For, M.E.C.

www.ingramcontent.com/pod-product-compliance
Ingram Content Group UK Ltd.
Pitfield, Milton Keynes, MK11 3LW, UK
UKHW040258300826
14791UKWH00002B/569